ரோல்ஸ் ராய்ஸும் கண்ணகியும்

மதிஅழகன் பழனிச்சாமி

எதிர்
வெளியீடு

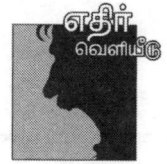

ரோல்ஸ் ராய்ஸும் கண்ணகியும்
மதிஅழகன் பழனிச்சாமி

முதல் பதிப்பு: ஜனவரி 2023

எதிர் வெளியீடு,
96, நியூ ஸ்கீம் ரோடு, பொள்ளாச்சி – 642 002
தொலைபேசி: 04259 226012, 99425 11302

விலை: ரூ. 200

Rolsroyzum Kannakiyum
Mathiazhagan Palanisamy

Copyright © Mathiazhagan

First Edition: January 2023

Published by
Ethir Veliyeedu, 96, New Scheme Road, Pollachi – 2
email: ethirveliyedu@gmail.com
www.ethirveliyeedu.com

ISBN: 978-93-90811-90-8
Cover Design: Vijayan
Printed at Jothy Enterprises, Chennai.

All rights reserved. No part of this book may be reprinted or reproduced or utilised in any form or by any electronic, mechanical or other means, now known or hereafter invented, including Photocopying and recording, or in any information storage or retrieval system, without permission in writing from the Publisher.

என்னை, என்னைவிட அதிகமாக நம்பிய ஆசிரியர்களுக்கு

திரு G. கருமுருகானந்த ராஜன்
தமிழ்த்துறை, PSG கலை அறிவியல் கல்லூரி, கோவை.

திரு K. சண்முகவேலாயுதம்
காட்சித்தொடர்பியல் துறை, ஜமால் முகமது கல்லூரி, திருச்சி.

திருமதி I. செந்திலாதேவி
காட்சித்தொடர்பியல் துறை, ஈ.வெ.ரா.பெரியார் கல்லூரி, திருச்சி.

நன்றி

மூத்தோன் கோணங்கி
கதைசொல்லி பா. வெங்கடேசன்
ஆசான் ஜெயமோகன்
வழிகாட்டி எஸ். ராமகிருஷ்ணன்

உள்ளடக்கம்

1. மிதந்த தூண்களின் கதைகள் | 07

2. இசை | 15

3. பலூன் | 34

4. The Scale | 44

5. ரோல்ஸ் ராய்ஸும் கண்ணகியும் | 50

6. சாபம்பற்றி ஆராய்ந்தவனின் குறிப்புகள் | 80

7. மார்கழியில் ஒரு காதல் கதை | 98

8. பனிச்சுடலை | 107

'கலை என்பது கணிதத்துடன் நெருப்பைக் கலப்பது போன்றது' – George luis borges

'சமநிலையற்ற ஒரு சமநிலை தனக்குள் ஒரு புதிய சமநிலையைக் கண்டடைகிறது' – lajos egri

'எழுது, அதுவே அதன் ரகசியம்' – Sundara Ramasamy

மிதந்த தூண்களின் கதைகள்

எனக்கு ஒருநாள் தேவை எல்லாம் இரண்டு சிகரெட்டுகள். அதைப் பற்ற வைப்பதற்கு நான்கு தீக்குச்சிகள். பெரும்பாலும் முதல் குச்சி பற்றவைப்பதற்குள் அணைந்து விடுகிறது. இரண்டாவது குச்சியில் ஒரு வழியாக முதல் சிகரெட்டை பற்ற வைத்துவிட்டேன். அந்த சிகரெட் அணைவதற்குள் நான் என் வீட்டுக்கு செல்ல வேண்டும். வீடு என்பது என்னைப் பொறுத்தவரை நான் இளைப்பாறுவதற்கு ஒரு திண்ணை மட்டுமே. அந்தத் திண்ணையின் அமைப்பு ஓர் அட்டைப்பெட்டியை விரித்து வைத்தாற் போல் இருக்கும். வெளிப்பாகம் நாலு, உள்பாகம் நாலு என 8 தூண்களால் அதன் எல்லை விரிந்திருக்கும். அதில் ஆச்சரியம் என்னவென்றால் அந்த தூண்கள் அனைத்தும் தரையில் படாமல் தரையிலிருந்து ஒரு அடி உயரத்தில் மிதந்து கொண்டிருக்கும். அதனால் வீட்டுக்கு 'மிதந்த வீடு'னு ஊரெல்லாம் பேரு. மிதக்கும் தூண்களுக்கு காரணம் கேட்டால், அது சாமி கொண்டுவந்து வச்ச தூணாக்கும் என்று பெருமைப்பட பாட்டி சொல்லுவாள். அது ஊரை ஏமாற்றுவதற்குதான் என்பது எனக்கு மட்டும் தெரியும். ஏனா? என்று யாருக்கும் தெரியாத ரகசியத்தைப் பாட்டி என்னிடம் மட்டும் சொன்னாள். அந்தத் தூண்கள் எல்லாம் கதைகளால் செய்யப்பட்டது என்றும் அந்தக் கதைகள் எல்லாம் என்று கண்டுபிடிக்கப்படுகிறதோ அந்த நாளில் தூண்கள் அனைத்தும் தானாகவே தரையை வந்தடைந்துவிடும் என்றாள்.

மிதந்த கதை 1

"மிதப்பதெல்லாம் கதை ஆகுமா?"

"மிதப்பதெல்லாம் கதை ஆகாது. ஆனால் அது மிதப்பது என்பதே கதைதான்."

"புரியலையே..?"

"ஒரு பஞ்சு இருக்கிறது என்று வைத்துக்கொள். அது செடியில் இருக்கும்போதோ அல்லது தோட்டத்தில் காற்றில் அலையும்போதோ நாம் யாரும் அதைக் கவனிப்பதில்லை. ஆனால் அதே பஞ்சு காற்றில் மிதந்து ஒரு சிறுவனின் கையில் தவழ்ந்து செல்லும்போது நம்மை அறியாமல் பரவசமும், ஆச்சர்யமும் கொள்கிறோம். எப்படியாவது அந்தப் பஞ்சை பிடித்துவிட ஆசை கொள்கிறோம். ஆசையும், ஆச்சர்யமும்தான் மனிதனின் முதல் கதைக்கான ஆரம்பம்."

மிதந்த கதை 2

தூரத்தில் ஒரு பேருந்து நின்றுகொண்டு இருந்தது. எங்கிருந்தோ ஒரு குருவி பஸ்ஸின் கண்ணாடி முன்னால் வந்து தன் வாலை ஆட்டிக்கொண்டே, பஸ் டிரைவரைப் பார்த்துக்கொண்டு அந்தரத்தில் நின்றது. பஸ் கண்ணாடியில் மிதவைப் பேருந்து என்று எழுதப்பட்டு இருந்தது. பஸ்ஸிலிருந்து பயணிகள் ஒவ்வொருவராக இறங்கிக்கொண்டிருந்தனர்.

"மிதவைப்பேருந்து என்று எழுதியிருக்கிறதே, இந்த பஸ் பறந்து வருமா?" என்று டிரைவரைப் பார்த்துக் கேட்டது.

"பேருந்து என்பதே மிதப்பதற்குதான் என்பது எழுதப்படாத விதி" என்று பக்கக்கண்ணாடியில் பயணிகள் இறங்குவதைப் பார்த்துக்கொண்டே பதிலளித்தார் டிரைவர்.

"சக்கரம்தான் தரையில் படுகிறேதே பின் எப்படி அது மிதவை பேருந்து ஆகும்?" என்று கேட்டது குருவி.

"சக்கரம் என்பது தரையில் படுவதற்குதான் ஆனால் தரையில் படுவதில்லை என்பதுதான் நிதர்சனம்."

"படாத சக்கரம் எதற்கு?" என்று கேட்ட குருவியிடம்,

"பறக்கும்போது தடை வந்தால் பாதுகாப்பாகத் தரை இறங்குவதற்கு" என்று சொல்லிக்கொண்டே இருக்க, பயணிகள் எல்லாம் இறங்கிக்கொள்ள டிரைவர் வண்டியை ஸ்டார்ட் செய்து கிளம்பினார்.

அந்தரத்தில் நின்று கொண்டிருந்த குருவி, பேருந்துக்கு வழிவிட்டு தன் சிறகை அசைத்து தரையில் இறங்கி ஊர்ந்து செல்லும் பஸ் சக்கரத்தைப் பார்த்துக்கொண்டே இருந்தது.

மிதந்த கதை 3

ஒரு ஊர்ல ஒரு ராஜா இருந்தாராம். அந்த ராஜா தினமும் ராத்திரி தன்னோட நாட்டு மேல பறந்துகிட்டே இருப்பாராம். ஊரு எப்படி இருக்கு? மக்கள் நிம்மதியா இருக்காங்களா? திருடங்க தொல்லைங்க எதாவது இருக்கா? என வேவு பாத்துக்கிட்டே இருப்பாராம். தன் நாடு சிறந்த நாடு, தான் சிறந்த மன்னன்னு பேரு வாங்கணுமுனு அவருக்கு ரொம்ப நாளா ஆசையாம். அப்படி ஒரு நாளு அவரு பறந்துகிட்டு இருக்கும்போது திடீர்னு மின்னல்மாதிரி சரட்டுனு அவர ஒட்டி ஒண்ணு பறந்துபோச்சாம். அதப் பாத்து பயந்துபோன ராஜா, என்னடா நம்மளத் தாண்டி இவ்ளோ வேகமாப் போகுது, அது என்னன்னு பாக்கணுமுனு ஆசை வந்துருச்சாம். உடனே தானும் வேகமாப் பறக்க ஆரம்பிச்சாராம். பறந்துபோன ராஜா பக்கத்துல போய் பாக்கும்போதுதான் தெரிஞ்சுச்சாம் அது இன்னொரு மனுசன்னு. அதப் பாத்ததும் ராஜாவுக்கு கோபம்னா கோபம் அவ்ளோ கோபம்.

“யாரு நீ? இந்த ராஜாவுக்கு இணையாப் பறக்க உனக்கு யாரு அதிகாரம் கொடுத்தாணு?” அந்த இன்னொரு மனுஷனப் பாத்து கேட்டாராம். அந்த மனுசன் பறந்துகிட்டே ராஜாவ ஒரு தடவ திரும்பிப் பாத்துட்டு “திருடன்னு” சொல்லிட்டு பறந்துகிட்டே இருந்தானாம்.

ராஜாவுக்கு கோபமுனா தாங்க முடியாத கோபம். முகம் எல்லாம் சிவந்திருச்சு.

“ஒரு ராஜா கேக்குறேன். நின்னு பதில் சொல்லாமப் பறந்துகிட்டே பதில் சொல்ற” என்று கத்த ஆரம்பிச்சாராம்.

“நான் நைட்டு பறந்துகிட்டே கொள்ளை அடிக்கிறேன். நீ பகல்ல உட்கார்ந்துகிட்ட கொள்ளை அடிக்கிற உனக்கு எதுக்கு மரியாத. கொஞ்சம் கீழ பாருனு” சொல்லிட்டு பறந்து போயிட்டானாம்.

ராஜா உடனே குனிஞ்சு பாத்தாரம். கீழ மொத்த ஊரும் இருட்டுல இருக்க, ராஜா அரண்மனை மட்டும் 1000 வாட்ஸ் பல்பு மாதிரி பிரகாசமா இருந்துச்சாம். ராஜாவுக்கு ஒண்ணும் புரியாமல்

குழம்பி, "ஒரு வேல பைத்தியமா இருப்பானோ? கிறுக்கன் எதோ பொளம்பிட்டு போறத பாருனு" சொல்லித் தனக்குள்ள சிரிச்சிக்கிட்டாராம்..

மிதந்த கதை 4

"பாவத்தின் சம்பளம் மரணம்" என்று பேருரை நிகழ்த்திக் கொண்டிருந்தார் பாதிரியார். மௌனம் எங்கும் வளைய வந்து கொண்டிருக்க, அனைவரும் பாதிரியாரை வைத்த கண் எடுக்காமல் பார்த்துக்கொண்டிருந்தனர். அப்போது கூட்டத்திலிருந்து ஒருவன் திடீரென எழுந்து,

"பாவத்திற்கு சம்பளம் உண்டு என்றால் நாம் பாவம் மட்டுமே செய்யலாமே. பின் ஏன் உழைக்க வேண்டும்?" என்று கேட்டான்.

கூட்டத்தில் இருந்தவர்கள் முதல் பாதிரி வரை அவனைச் சமாளிக்கும் வழி தெரியாமல் முழித்துக்கொண்டிருக்க பாதிரியாரின் தலைக்கு மேலிருந்தும், சிலுவையில் அறையப்பட்டிருந்த யேசுவின் சிலைக்கு அடியிலிருந்தும் ஒரு ஒளி பிரகாசமாக வீசியது. வெள்ளையாக வீசிய ஒளியின் நிறம் மெல்ல மெல்ல சிவப்பாக ஆரம்பித்தது. சிவந்த ஒளி மெல்ல மெல்ல அந்த சர்ச் முழுவதையும் நிரப்ப அங்கிருக்கும் அனைவரின் முகத்திலும் பயம் படர ஆரம்பித்தது. கேள்வி கேட்டவனின் முகம் மட்டும் அங்கு வீசும் ஒளிக்கு எந்தவித இடமும் தராமல் பாலின் நிறத்தைப்போல் ஒளிப் பிரவாகமெடுத்து விழுந்தது. அனைவரும் பயந்துபோய் அவனையே பார்த்துக்கொண்டிருக்க அவன் மெதுவாக அந்தரத்தில் பறக்க ஆரம்பித்தான். பறந்தவன் அந்த சர்ச் முழுவதையும் ஒரு வட்டமடித்து மிதந்து வந்தான். அந்தச் சிவந்த ஒளி மெல்ல மெல்ல மீண்டும் வெண்மையாக மாறி வந்த வழியே திரும்பிச் செல்ல, அவனும் அந்த ஒளியுடன் கலந்து சென்றுவிட்டான். அனைவரும் பயத்தின் உச்சியில் நிற்க, சர்ச்சுக்குள் இருந்து ஒரு அசரீரி "என் பேச்சுக்கு கீழ்படிகிறவன் யாராயினும் அவனுக்குப் பரலோக ராஜ்யம் சமீபத்திருக்கிறது" என்று சொல்லியது.

மிதந்த கதை 5

ஒரு புலி எங்கிருந்தோ மிதந்து வந்தது, அதற்கு முன்னால் மானும் மிதந்து சென்றது. இரண்டுக்கும் இடையில் ஆறு அடி தூரம். அந்த

தூரம்தான் இரண்டுக்குமான சுழற்சி முறையைத் தீர்மானிக்க இருக்கிறது. இரண்டும் எந்த நேரத்தில் வேண்டுமானாலும் தங்கள் சுழற்சியைத் தீர்மானித்துக்கொள்ளலாம். ஆனால் அவை தீர்மானித்துக்கொள்ள மறுக்கின்றன. அதற்குக் காரணம் தயக்கமா அல்லது தாவலில் ஏதேனும் குழப்பமா எனத் தெரியவில்லை. ஒரு நொடி மீண்டும் ஒரு தாவல். அதே மிதப்பு மறுபடியும். புலி மானைக் கூப்பிட்டது. "நில் ஒரு நிமிடம். என்னால் ஓட முடியவில்லை. நாக்கு காய்ந்துவிட்டது. உடல் வெப்பத்தைத் தாங்க முடியவில்லை. தயவுசெய்து உன் காலில் விழுந்து விடுகிறேன்", என்று கெஞ்சிக் கேட்க, மிதந்துகொண்டிருந்த மானோ, "ஓடுவது என் இயல்பு, துரத்துவது உன் இயல்பு. இயல்பு மாறுவது என்பது இந்த இயக்கத்தை நிறுத்திவிடும். ஆகவே என்னால் நிற்க முடியாது. என்னை மன்னித்துக்கொள்", என்றது. மீண்டும் ஒரு தாவல். அதே மிதத்தல். இரண்டும் தங்களை மாறி மாறி ஒருமுறை பார்த்துக்கொண்டன.

மிதந்த கதை 6

மழை சோவென பெய்துகொண்டிருந்தது. வீட்டு வாசலில் தெறிக்கும் மழையைத் தடுப்பதற்காக அம்மா சாக்கை விரித்து வைத்துவிட்டு அடுப்படியில் மழையின் சந்தோசத்தைக் கொண்டாடுவதற்காக கேசரி செய்து கொண்டிருந்தாள். அப்பா கேசரியின் மணத்தை நுகர்ந்தவாறு ஒழுக்கத்தில் ஒரு குறையும் இல்லாமல் ஒரே வரிசையில் விழுந்துகொண்டிருந்த மழையை ரசித்துக்கொண்டிருந்தார்.

"அப்பா எனக்கு ஒரு கப்பல் செஞ்சு குடுப்பா" என்று ஒரு நோட்டை அப்பாவின் மடியில் வைத்துவிட்டு நின்று கொண்டிருந்தான் பணியாரம். பணியாரம் என்பது அவன் பட்டப்பெயர். அவன் கன்னங்கள் உப்பி இருப்பதைப் பார்த்து அந்தத் தெரு பையன்கள் வைத்த பெயர்.

நோட்டை வாங்கிய அப்பா. அதன் நடுப்பக்கத்தைத் திறந்து லாவகமாக பேப்பரைக் கிழித்து எடுத்தார். கணிதத்தின் அனைத்து வடிவங்களையும் முறைப்படுத்தி ஒரு கப்பல் செய்துகொடுத்தார். அந்தக் கப்பலை வாங்கியவன் ஒரு முறை அதைச் சுற்றிச் சுற்றிப் பார்த்த பின் கப்பலையும் அப்பாவின் மடியில் இருந்த நோட்டையும் வாங்கிக்கொண்டு உள்அறைக்குள் சென்றான்.

உள்அறையிலிருக்கும் தன் புத்தகப்பையைத் திறந்து நோட்டை உள்ளே வைத்துவிட்டு தன் கலர் ஸ்கெட்ச்களை வெளியே எடுத்து கப்பலின் அடிப்பாகத்திற்குக் கருப்பும், மேல்பாகத்திற்கு நீலமும், மேல் நீண்டு கொண்டிருந்த பகுதிக்கு மஞ்சள் கலரும் அடித்தான். பின் அடித்த நீல கலரின் மேல் கருப்பு கலரைக்கொண்டு டைட்டானிக் என எழுதினான். கப்பலை அங்கே விட்டுவிட்டு அடுப்படிக்குச் சென்றவன் ஒரு விளக்குமாறு குச்சியையும், கரித்துணியாகப் பயன்படும் அம்மாவின் பழைய பச்சை நிற ஜாக்கெட்டிலிருந்து இரு விரலளவு கிழித்துக்கொண்டு, வெளி அறையிலிருக்கும் அலமாரியிலிருந்து ஃபெவிக்குவிக்கையும் எடுத்துக்கொண்டு வந்தான். குச்சியை நன்றாக ஒடித்துக் கீழேவைத்துவிட்டு துணியை அதன் அடியில் வைத்து ஃபெவிக் குவிக்கை அதன் மேல் ஊற்றினான். சில நிமிட இடைவெளிக்குப் பிறகு அந்தக் குச்சியை கப்பலின் நடுவில் சொருகிவிட்டு அதை எடுத்துக்கொண்டு வாசலின் அருகே வந்தவன், அப்பாவை ஒரு முறைத் திரும்பி பார்க்க, அப்பா விட்டத்தைப் பார்த்தவாறு இருந்தார். சத்தம் ஏதும் இல்லாமல் படியை விட்டு இறங்கி மெதுவாகத் தெருவின் நடுவிற்கு இறங்கிவந்தான். மழைக்கு வழிவிட்டு அனைவரும் வீட்டுக்குள் பதுங்கிக்கொள்ள இவன் மெதுவாகத் தன் கப்பலை தெருவில் ஓடிக்கொண்டிருந்த நீரில் வைத்தான். கப்பல் நகராமல் இருக்க தன்கையால் தண்ணீரை அலைந்து விட்டான். கப்பல் மெதுவாகத் தன் பயணத்தைத் தொடங்கியது. கொடி மெதுவாக அசைய ஆரம்பித்தது. டேய் கேசரி ரெடியாயிருச்சு என்று உள்ளிருந்து அம்மாவின் குரல் கேட்க அவசர அவசரமாக வீட்டுக்குள் ஓடினான். கப்பல் தன் பயணத்தில் முதல் தெருவைக் கடந்து அடுத்த தெருவின் வாசலுக்குள் நுழைந்துகொண்டிருந்தது.

மிதந்த கதை 7

நிலக்காட்சியை நீ ரசிக்க வேண்டுமானால் வாழ்க்கையில் ஒரு தடவையாவது விமானத்தில் பயணம் செய்ய வேண்டும். அதிலும் குறிப்பாக சன்னலோர இருக்கையில் எனத் தன் நாட்குறிப்பில் எழுதினான். சன்னலோர இருக்கை என்பதை மட்டும் இருமுறை அடிக்கோடிட்டுக் கொண்டான். பின் நாட்குறிப்பை மூடியவன், பேனாவை சட்டையின் பாக்கெட்டில் சொருகி வைத்துவிட்டு சன்னல் வழியே தெரிந்த நிலக்காட்சியைப் பார்க்க ஆரம்பித்தான்.

தூரத்தில் வெள்ளை மேகங்களும், அடியில் நீல வானமும், அதற்குக் கீழே சாம்பல் நிற மலைகளும், போர்வை போர்த்தியது போல் பச்சையும், செம்மண் நிறத்தில் நிலங்களும் பொட்டு வைத்தாற்போல் வீடுகளும் என விரிந்த காட்சி அவனை என்னவோ செய்தது.

Sir do you need anything? என்று கேட்ட விமானப் பணிப்பெண்ணின் குரல் அவன் கவனத்தைச் சிதறடிக்கத் திரும்பியவன் அந்தப் பெண்ணை ஒரு நிமிடம் பார்த்துவிட்டு "No thanks" என்று பதிலளித்துவிட்டு மீண்டும் அந்தக் காட்சிகளைப் பார்க்க ஆரம்பித்தான். அவன் பார்த்துக்கொண்டிருக்கும்போதே வெள்ளை, நீலம், பச்சை, சாம்பல் என அதனதன் நிறங்கள் அதனிலிருந்து பிரிந்து ஒரு ஒற்றைப் புள்ளிக்குள் வருவதாய் உணர ஆரம்பித்தான். ஒரு வேளை தன் கண்ணாடியில்தான் ஏதேனும் குழப்பமோ என குழம்பியவன், கண்ணாடியைக் கழற்றிச் சட்டையில் துடைத்து மீண்டும் மாட்டிக்கொண்டான். சன்னல் வழியே மீண்டும் பார்க்க ஆரம்பித்தவனுக்கு, அந்தக் காட்சிகள் எல்லாம் கணிதத்தின் பின்னங்களாய் தெரிய ஆரம்பித்தது. ஒரு வேளை அது மனக்குழப்பமோ எனக் குழம்பியவன், கண்ணாடியைக் கழற்றிவிட்டு, தன் கைக்குட்டையால் கண்ணை நன்றாகத் துடைத்துவிட்டு மீண்டும் பார்க்க ஆரம்பித்தான். மீண்டும் தங்களுக்குள் ஒன்றுக்குள் ஒன்றாக கலந்து விட்டு ஏதோ ஒரு வடிவத்திற்குள் வருவதற்காய் அவை முயற்சி செய்துகொண்டிருந்தது. அந்த வடிவத்தின் முழு உருவமும் கிடைக்காமல் தங்களுக்குள் சண்டையிட்டுக்கொள்வதாய் உணர ஆரம்பித்தான். திரும்பித் தன் தோளில் தூங்கும் மனைவியை ஒரு முறைப்பார்த்தான். அவன் பார்த்துக்கொண்டிருக்கும்போதே அவன் மனைவியின் முகம் மெதுவாய் நிறமிழக்கத் தொடங்கியது. உடனே அவசரம் அவசரமாகத் திரும்பி ஜன்னலைப் பார்க்க மொத்த நிலமும் ஒரு வட்ட வடிவத்திற்குள் வர ஆரம்பித்தது. அந்த வட்டம் முழுவதும் கருப்பாக மாறி அனைத்தையும் உள்ளிழுத்துக்கொள்ள ஒரு புள்ளியில் தானும் இழுத்துக் கொள்ளப்படுவதாய் நினைத்து ஓவென கத்த ஆரம்பித்தான். விமானம் தரை இறங்கிக்கொண்டிருந்தது.

முதல் சிகரெட் அணைந்து கொள்ள நான் வீட்டினுள் படுத்துக்கொண்டிருந்தேன். எட்டாவது கதை கண்டுபிடிக்க முடிந்தால் மட்டுமே தாங்கள் எல்லோரும் தரை இறங்க முடியும்

என்பதால் எட்டாவது கதையின் கருவைக் கண்டுபிடிக்க ஆளாளுக்குத் தங்கள் கதையைப் பரிமாறிக்கொண்டு எட்டாவது கதைக்கு ஏதேனும் சிறிய தடயம் கிடைக்குமா எனப் பரிசோதனை செய்துகொண்டிருந்தது தூண்கள் எல்லாம். வீட்டிலிருந்து எழுந்துகொண்டு பாய் தலையணையை அதனதன் இடத்தில் வைத்துவிட்டு, மூன்றாவது குச்சி அணைந்து போக நான்காவது குச்சியை உரசி இரண்டாவது சிகரெட்டை எடுத்துப் பற்ற வைத்து ஒரு இழுப்பு இழுத்துச் சாம்பலைக் கீழேத் தட்டிவிட்டுத் தெருவில் இறங்கி நடக்க ஆரம்பித்தேன்.

சிகரெட்டிலிருந்து வெளிவந்த புகை கீழேவிழ இருந்த சாம்பலைப் பிடித்துக்கொண்டு ஏழுதூண்களின் கதைகளையும் வரிசையாகக் கேட்டது. ஏழுதூண்களின் வருத்தத்தைத் தாங்காமல் தாங்களும் கவலைகொண்டது. ஏழுதூண்களின் தூதுவர்களாக அவை எட்டாவது தூண் அருகே செல்ல, எட்டாவது தூணோ எதையும் கண்டுகொள்ளாமல் அமைதியாகத் தூங்கிக்கொண்டிருந்தது. சாம்பல் புகை மெதுவாக எட்டாவது தூணை எழுப்ப, எட்டாவது தூணோ என்ன என்பதுபோல அவைகளைப் பார்த்தது. இங்கிருக்கும் ஏழு தூண்களின் கதைகளும் கண்டுபிடிக்கப்பட்டுவிட்டது. எட்டாவது தூணாகிய உங்களின் கதை கண்டுபிடிக்கப்பட்டால் மட்டுமே அவை தங்களைத் தரையில் இறக்கிக்கொள்ள முடியும். எனவே தங்கள் எட்டாவது கதை தெரியும் பட்சத்தில் வாசகர்களும் சந்தோசம் அடைவார்கள் எனச் சொன்னது. அதைக் கேட்டுக்கொண்டிருந்த எட்டாவது தூணோ புகைக்கும் சாம்பலுக்கும் மிதத்தல்தான் அதன் விதி, அவை மிதத்தலில்தான் அதன் அழகே ஒளிந்திருக்கிறது. எனவே எட்டாவது கதை வேண்டும் என்றால் தாங்கள் படிக்கு அருகில் இருக்கும் கல்வெட்டைச் சென்று படிக்குமாறு சொல்லி விட்டு மீண்டும் தன் தூக்கத்திற்குள் சென்றுவிட்டது. சாம்பலும் புகையும் ஆவலாக ஓடிச்சென்று கல்வெட்டைப் படிக்க ஆரம்பித்தது.

அதன் வரிகள் இப்படித்தான் துவங்கியது "மிதத்தல் என்பது ஒரு இயக்கம்..."

– கணையாழி இதழ், மார்ச் 2018

■ ■ ■

இசை

ஜூன் 28, 2016

"*All my loving*", என்ற பீட்டில்ஸ் பாடல் ஒலிபெருக்கியில் முழுச்சத்தத்துடன் ஒலித்துக்கொண்டிருக்க, அதன் பாடல் வரிகளை முணுமுணுத்தவாறுப் படுக்கையில் கிடந்தான் சாஹீர். கடந்த நான்கு மாதங்களாக ஒரு நொடி இடைவெளி கூட இல்லாமல் பாடல் ஒலித்துக்கொண்டிருக்க அவனும் தூங்காமல் கேட்டுக்கொண்டே இருந்தான். எந்த நேரத்திலும் இசையைத் தவறவிட்டுவிடக்கூடாது என்பதற்காகவே வீட்டில் மின்மாற்றியை மாற்றியவன், உலகில் உள்ள இசைக்கருவிகள் அனைத்தையும் வாங்கி, இசையின் சப்தத்திற்கு ஏற்ப அவற்றை வகைப்படுத்தி வைத்திருந்தான். வர்த்தகத் தளங்கள் அனைத்திலும் அவன் தேடுபவை எல்லாம் இசை சார்ந்த புத்தகங்களாகவும், இசைக்கோவைகளாகவும் இருக்க, அவற்றை மனம், உணர்வு, உடல் என்று வகைப்படுத்தி வீட்டின் அலமாரியில் வரிசைப்படுத்தினான். அவன் அணியும் உடைகளில் எல்லாம் இசைக்கலைஞன் ஒருவன் ஏதாவது இசைக்கருவியுடன் சிரித்தவாறு இருப்பான். சாப்பிடும் நேரங்களில் மட்டும் அறையை விட்டு வெளியே வருபவன், அப்போதும் இசையைத் தவறவிட்டுவிடக்கூடாது என்பதற்காகப் பாடல் கேட்கும் கருவியைக் காதில் அணிந்துகொள்வான்.

பிப்ரவரி 28, 2016

ரயில் ஜெய்சல்மர்ரை நெருங்கிக்கொண்டிருந்தது. இன்னும் சில மணிநேரங்களில் தான் பள்ளிப் பாடப்புத்தகத்தில் மட்டுமே பார்த்த பாலைவனத்தை நேரில் எப்படி

எதிர்கொள்வது என்ற பயம் அவனைத் தொற்றிக்கொண்டது. இருந்தாலும் அங்கு நிச்சயமாகப் பாடலும் இசையும் கேட்காது என்பதே மிக ஆறுதலாய் இருந்தது. கடந்த 19வருடங்கள், 365 நாட்களில் அவன் ஒரு பாடலைக்கூட முழுமையாகக் கேட்டதில்லை. பாடல்கள் எங்கெல்லாம் ஒலிக்க ஆரம்பிக்கிறதோ அங்கிருந்தெல்லாம் முதல் ஆளாக வெளியேறிவிடுவான். அவன் கேட்ட முழுப்பாடல்கள் எல்லாம் ஆரம்பப்பள்ளிகளில் கேட்ட ரைம்ஸ் மட்டும்தான். பள்ளி ஆண்டு விழாக்களில் பாடல்கள் தவிர்க்க முடியாத வஸ்துவாகிவிட, அதற்குச் செல்வதைத் தவிர்த்துவிடுவான். அதற்கு உடம்பைக் காரணம் காட்டிவிடுவான். சில நேரங்களில் வேண்டும் என்றே கைகால்களைக் கூட முறித்துக்கொள்வான். வெளியூருக்குச் செல்லும் பயணங்களில் எல்லாம் பேருந்தில் ஒலிக்கும் பாடல் காரணமாக இவன் வர மறுப்பதை அறிந்த அப்பா, விலை உயர்ந்த கார் ஒன்றை வாங்கினார். அந்தக் காரிலும் ஒலிபெருக்கியை எடுத்தால்தான் வருவேன் என அடம்பிடிக்க, அப்பா எவ்வளவு அடித்தும், கெஞ்சிக்கேட்டும் அவன் இறங்கி வருவதாய் இல்லை. அப்பா கடைசியில் காரில் இருந்த ஒலிபெருக்கியை நீக்க வேண்டியதாய் இருந்தது. வீட்டில் எந்தக் குறையும் சொல்லாத அவன் .பாடல் கேட்கும்போது மட்டும் ஏன் இப்படி நடந்துகொள்கிறான் என்று வீட்டில் உள்ளவர்கள் எவ்வளவோ விசாரித்தும் அதற்கான பதில்களை அவனிடம் இருந்து பெறமுடியவில்லை. அவர்களும் அதற்குப் பிறகு அவனிடம் ஒருமுறை கூட அதைப்பற்றி விசாரித்ததில்லை. பள்ளிப்படிப்பைக் காரணம் காட்டி தன் வீட்டில் தொலைக்காட்சி வாங்குவதைத் தவிர்த்தே வந்தான். கல்லூரி சேர்ந்த முதல் வாரம் வீட்டில் தொலைக்காட்சி வாங்க, ஒலிபுகாதக் கதவு வேண்டும் என அப்பாவிடம் சண்டைபோட்டுத் தன் அறைக்குப் பொருத்திக்கொண்டான். வீட்டிலிருந்து கல்லூரிக்கு 15கிலோ மீட்டர் தூரம், நண்பர்கள் எவ்வளவோ வற்புறுத்தியும் பேருந்தில் வர மறுத்துவிட்டு இருசக்கரம் ஒன்றை வாங்கினான். அதிலும் குறிப்பாகத் தலைக்கவசத்தின் விலை பைக்கின் விலையின் பாதி விலைக்கு இருந்தது. கல்லூரியில் சேர்ந்த முதல் மாதத்தில் அவன் அமைதியாக நடந்துகொள்வதைக் கண்டு ஒரு பொண்ணுக்கு மிகவும் பிடித்துவிட்டது. இவனும் அவளுடன் பேச ஆரம்பித்தான். இருவருக்கும் இடையில் இருந்த நட்பு, இரவு செல்போன் உரையாடல் அளவிற்கு நீண்டது. சாப்பாடு, வீட்டில் நலம், நண்பர்கள் பற்றி என அந்தப்

பேச்சு நீண்டுகொண்டே சென்றது. ஒரு நாள் இரவு அவன் அவள் தொலைபேசிக்கு அழைக்க, அதில் "பாக்காத பாக்காத அய்யய்யோ பாக்காத" என்ற பாடல் கேட்டதும் போனைத் தூரத்தில் வைத்துவிட்டான். அவள் போனை எடுத்த அதிர்வை உணர்ந்து காதில் வைத்தவனிடம் "எப்படி இருக்கு பாட்டு? உனக்காகதான் வச்சேன்" என்று அவள் சொல்லி முடிக்கும் முன்பே போனைத் துண்டித்துவிட்டான். மறுநாளிலிருந்து அவளுடன் பேசுவதை நிறுத்தியவன், அவள் எவ்வளவு முயற்சி செய்தும், திரும்பிக்கூடப் பார்க்காமல் சென்றுவிட்டான். நண்பர்கள் எல்லாம் வணிகவளாகம், திரைஅரங்கு, கடற்கரை, திருவிழா எனச் சென்றுகொண்டிருக்க, இவன் மட்டும் தன் அறையை விட்டு எங்கும் செல்ல மாட்டான். எவ்வளவு வற்புறுத்தியும் வர மறுத்துவிடுவான். நண்பர்களுடன் உணவகங்களுக்கு மட்டும் செல்வான். அதிலும் பாடல் ஒலிக்காத உணவகங்களைத் தேர்வு செய்து வைத்திருப்பான். நண்பர்கள் எல்லாம், இளையராஜா, ஏ.ஆர்.ரஹ்மான், ஹாரீஸ், யுவன்ஷங்கர் ராஜா எனச் சண்டை போட்டுக்கொண்டிருக்க, அவர்கள் வேற்றுகிரவாசிகளாக இருப்பார்களோ என நினைத்துக்கொள்வான். நண்பர்கள் எல்லாம் காதில் பாட்டு கேட்கும் கருவி போட்டு பாடல் கேட்டுக்கொண்டிருந்தாலோ, இல்லை பாடலைப் பற்றி ஆலோசனை செய்துகொண்டிருந்தாலோ, வகுப்பிற்கு வேறு வழியில் சென்று விடுவான். தன்னுடைய வாழ்க்கையில் பாடல்களைத் தவிர்க்கமுடியாது என்பதை உணர்ந்தவன், ஒரு நாளேனும் அதைத்தவிர்த்துவிடுவதற்கான காரணங்களைத் தேடிக்கொண்டிருக்க, கடைசியில் தன் பிறந்தநாளை அதற்கான நாளாகத் தேர்ந்தெடுத்துக்கொண்டான். நான்கு வருடங்களுக்கு ஒரு முறைதான் தன் பிறந்தநாள் என்பதும், இசைக்கும் அவனுக்குமான தூரம் என்பது நான்கு வருடத்திற்கு ஒருநாள் எனவும் முடிவுசெய்துகொண்டான். தன்னுடைய 12வது பிறந்தநாளில் மலைப்பிரதேசத்துக்குச் செல்லவேண்டும் என அப்பாவிடம் அடம்பிடித்து ஒரு மலைப்பிரதேசத்தையும் தேர்ந்தெடுத்துக்கொண்டான். ஆனால் அவன் அப்பாவுடன் மலையின் அமைதியை ரசித்துக்கொண்டிருக்கவும், அவனுக்கு எதிரே ஒரு கும்பல், காரில் பாட்டை முழுச்சத்தத்தில் ஒலிக்கவிட்டு ஆடிக்கொண்டிருக்கவும் சரியாக இருந்தது. உடனே அங்கிருந்து கிளம்பிவிட்டான். தன்னுடையப் பதினாறாவது பிறந்தநாளுக்காக நடுக்கடலைத் தேர்ந்தெடுத்தவன் படகோட்டி ஒருவரை

அழைத்துக்கொண்டு நடுக்கடலுக்குச் சென்றான். ஆழ்ந்த அமைதியில் இருக்கும் கடலை ரசித்துக்கொண்டிருந்தவன் எதிரே படகோட்டி ஓங்கி குரல் எடுத்து பாட ஆரம்பிக்க, உடனடியாகப் படகைத் திருப்புமாறு அவரிடம் சண்டை போட்டான். அவரும் ஏன் என்று புரியாமல் அவனைக் கரையில் இறக்கிவிட்டார். தன்னுடைய இரு பிறந்தநாள்களும் இவ்வாறு தோல்வியில் முடிவடையத் தன்னுடைய இருபதாவது பிறந்தநாளிலாவது, எப்படியாவது இசையை ஜெயித்துவிட வேண்டும் என முடிவு செய்தவன் பாலைவனத்தைத் தேர்ந்தெடுத்தான். பலவிதத் தேடலுக்குப் பிறகு ராஜஸ்தானில் உள்ள தார் பாலைவனம் என முடிவுசெய்தவன், பாலைவனத்தின் சீதோஷ்ண நிலை, உடல் பாதுகாப்பு கவசம், தோல்மேல் தடவுவதற்கான பொருட்கள் என அனைத்தையும் இணையதளத்தில் பதிவு செய்தான். இணையதளத்தின் மூலமாகவே பாலைவனத்தைச் சுற்றிக் காட்டுவதற்கான ஆட்களையும், அங்குத் தங்குவதற்கான வசதிகளையும் பதிவு செய்துகொண்டவன், தன் வீட்டில் பாலைவனம் என்றால் அனுமதி தரமாட்டார்கள் என்பதால் நண்பனைப் பார்ப்பதற்காக டெல்லி செல்வதாகச் சொல்லிவிட்டு 26ம் தேதி இரவு சென்னையிலிருந்து அனுராவத் மிகவிரைவு வண்டியில் பீகனூர் நோக்கிக் கிளம்பினான். 28ம் தேதி மாலை 6 மணிக்கு பீகனூர் வந்திறங்கிய அவன், அங்கிருந்தே அடுத்த ரயிலில் ஜெய்சல்மர்க்கு தன் பயணத்தைத் தொடர்ந்தான்.

ஜெய்சல்மர்க்கு இரவு 11 மணிக்கு ரயில் வந்தடைந்தது. அவன் ரயிலில் இருந்து இறங்குவதற்கு முன்பாகவே அவனைப் பார்த்து இருவர் கையசைக்க, இவன் அவர்கள் முன்னால் சென்று நின்றான். அதில் ஒருவன் இவனுடைய பையை வாங்கிக்கொண்டு முன்னே செல்ல, இன்னொருவன், “வெல்கம் டூ தார் டெஸர்ட். மை நேம் இஸ் ரஹீம், ஐ ம் யூவர் கைடு ஆப் திஸ் டூர்”, எனத் தன்னை அறிமுகப்படுத்திக்கொள்ள, இவனும் அவனிடம் தன்னை அறிமுகப்படுத்திக்கொண்டான். இருவரும் ரயில்நிலையத்தை விட்டு வெளியே வர, ஒரு ஜீப் இவர்களுக்காகவே காத்திருந்தது. இருவரும் அதில் ஏறிக்கொண்டார்கள். சரியாக இரவு 12மணி அளவில் விடுதி முன்னால் வந்து ஜீப் நின்றதும், அதிலிருந்து அவனுடயை உடைமைகளை எல்லாம் அறையில் எடுத்து வைத்தான் ரஹீம். “நீங்கள் பயணக்களைப்பாக இருப்பீர்கள், சற்று ஓய்வு எடுத்துக்கொள்ளுங்கள், இரவில் எது தேவையென்றாலும்

தன்னுடைய தொலைபேசிக்கு அழைக்குமாறும், நாளை காலை வந்து தான் அழைத்துக்கொள்வதாகவும்", கூறிவிட்டு ரஹீம் சென்றுவிட, பயணம் தந்த களைப்பில் உடையைக் கூட மாற்றாமல் தூங்க ஆரம்பித்தான்.

பிப்ரவரி 29, 2016

காலை 6 மணிக்கு அறைக்கதவுத் தட்டும் சத்தம் கேட்டுத் திறந்து பார்க்க ரஹீம் வாசலில் சிரித்தவாறு, "குட் மார்னிங்", எனச் சொன்னான். இவனும் பதிலுக்குச் சொல்லிவிட்டு தனக்கு ஒரு 15 நிமிடம் வேண்டும் எனக் கேட்க, ரஹீம் தான் வரவேற்பறையில் காத்திருப்பதாகச் சொல்லிவிட்டுக் கிளம்பினான். இவன் குளித்துமுடித்துப் பேக்கை எடுத்துக்கொண்டு வரவேற்பறைக்கு வர ரஹீம் அவனை அழைத்துக்கொண்டு ஹோட்டலுக்குள் நுழைந்தான். இருவரும் காலை உணவை முடித்துக்கொண்டு ஏற்கனவே ஏற்பாடு செய்யப்பட்டிருந்த ஜீப்பில் பாலைவனத்தை நோக்கிக் கிளம்பினார்கள். நகரத்தின் கட்டிடங்கள் எல்லாம் மெல்ல, மெல்ல மறைய சிறு சிறு மணல்மேடுகள் தெரிய ஆரம்பித்தது. ரஹீம் அந்தந்த இடங்களுக்கான பெயர்களை ஒவ்வொன்றாகச் சொல்லிக்கொண்டே வர இவனோ தலையை மட்டும் ஆட்டிக்கொண்டே வந்தான். காலை சீக்கிரமாக எழுந்தது வேறு தூக்கமாக வர, ஜீப்பிலே தூங்கிவிட்டான். நாற்பது நிமிட இடைவேளைக்குப்பிறகு ஜீப் ஒரு இடத்தில் நிற்க, கண் திறந்துப் பார்த்தவன் எதிரே மாபெரும் மணல்மேடு ஒன்று மலைபோல் நின்றுகொண்டிருந்தது. சற்று கண்ணைத் துடைத்து விட்டுப் பார்க்க, மணல் மேட்டிற்குக் கீழே ஒரு மனிதன் 2 ஒட்டகங்களுடன் இவர்களைப் பார்த்துக் கை அசைத்தான். ரஹீம் இறங்கிச்சென்று அவனிடம் ஏதோ பேச அவன் ஒட்டகங்களை ரஹீம்மிடம் ஒப்படைத்துவிட்டு ரஹீம் வந்த காரை வாங்கிக்கொண்டுச் சென்றுவிட்டான். ரஹீம் பயணத்திற்குத் தேவையான பொருட்களுடன் ஒரு ஒட்டகத்திலும் சஹீர் ஒரு ஒட்டகத்திலும் ஏறிக்கொள்ள ஒட்டகங்கள் மணல்மேட்டில் மெதுவாக நடக்க ஆரம்பித்தது. மணல்மேட்டைக் கடந்ததும் தன் கண்முன்னால் மணல் கடல் இருப்பதை உணர ஆரம்பித்தவன், பட்டத்தில் பறக்கும் வாலைப்போல் வளைந்து நெளிந்து செல்லும் பாலைவனத்தைப் பார்த்துக்கொண்டே இருந்தான். தன் பிறந்தநாளில் இப்படிப் பாலைவனத்தில் இருப்போம் எனக்

கனவிலும் கண்டதில்லை. தான் பாடப்புத்தகத்தில் பார்த்த பாலைவனம் கடலின் சிறுதுளிதான் என்பதை அதைப் பார்த்தக் கணத்தில் புரிந்துகொண்டான். பாலைவனத்தை வார்த்தையில் கொண்டுவருவது நாம் அவற்றிற்குச் செய்யும் துரோகம் எனத் தனக்குள் கூறிக்கொண்டான். அவ்வளவு பெரிய காட்சி வெளி தன் முன்னால் விரிந்து பரந்திருக்க, அதிலிருந்து துளி அளவிற்குக்கூட சத்தம் கேட்கவில்லை என்பதை அப்போதுதான் உணர்ந்தான். இந்தப் பிறந்தநாளில் தான் நிச்சயமாக ஜெயித்துவிடுவோம் என்ற நம்பிக்கை பிறந்தது. இவனுடைய முகமாற்றங்களைக் கவனித்த ரஹீம் சைகையால் என்ன என்று கேட்க ஒன்றும் இல்லை என்று தலையாட்டினான். ஒட்டகம் மெதுவாக நடக்க ஆரம்பித்தது. ரஹீம் பாலைவனத்தைப் பற்றியும் அங்குள்ள விலங்குகள் பற்றியும் பேசிக்கொண்டே வர அவனோ ஒட்டகம் கால் மணலில் புதைந்து வரும் காட்சியையும் அதன் பின்னால் அவை ஏற்படுத்திய வடிவத்தையும் பார்த்துக்கொண்டே வந்தான். அதன் கால்தடத்தைப்போல் தானும் ஒன்று கலந்துவிட வேண்டும் என ஆசை கொண்டான்.

வெயில் நடு உச்சிக்கு வந்திருந்தது. ஒட்டகம் கிராமம் ஒன்றை நெருங்கிக்கொண்டு இருந்தது. கலர் கலராக முக்காடிட்ட பெண்கள் தலையில் அடுக்கிய தண்ணீர் குடங்களுடன் இவர்களைக் கடந்து சென்றனர். அவர்கள் வைத்திருந்தக் குடங்களின் உயரம் அவன் ஒட்டகத்தையும் தாண்டி நின்றது. அவ்வளவுக் குடவரிசையிலும் ஒரு சொட்டுத் தண்ணீர் கூட அவர்கள் மேல் சிந்தவில்லை என்பது அவனுக்கு ஆச்சர்யமாக இருந்தது. அவர்கள் இவனை நெருங்கி வரும்போது, தங்கள் முந்தானையில் முகத்தை மூடிக்கொண்டுச் சிரித்தனர். இவனும் பதிலுக்குப் புன்னகைத்தான். ஒட்டகத்தில் இருந்து இருவரும் இறங்கி ஊருக்குள் நடக்க ஆங்காங்கு உட்கார்ந்திருந்த வெள்ளை உடை, தலைப்பாகை அணிந்த மனிதர்கள் சிரித்துக்கொண்டே இவர்களைப் பார்த்துக் கை அசைத்தனர். ரஹீமும் பதிலுக்குக் கையசைத்தான். அந்தக் கூட்டத்திலிருந்து ஒருவன் இவர்களை நோக்கி வந்து ஒட்டகங்களை வாங்கிக்கொண்டு கட்டுவதற்காக சென்றுவிட, இருவரும் வட்டமான சுவர்களாலும், கூடையைக் கவிழ்த்து வைத்தாற்போல் மேயப்பட்டிருந்த கூரை வீட்டுக்குள் நுழைந்தனர். உள்ளே நுழைந்ததும்தான் அவனுக்குத் தெரிந்தது சுற்றுலா பயணிகளுக்கான கட்டிடம் அது என்பது. சமையலுக்குத்

தேவையான அனைத்தும் அங்கிருந்தது. உள்ளே சென்று பையை வைத்துவிட்டு வெளியே வர ஒட்டகத்தைக் கட்டிவைத்துவிட்டு வந்த வேலையாள் இவனைப் பார்த்துச் சிரித்துவிட்டு வீட்டுக்குள் நுழைந்தார். இவன் வீட்டின் அருகே உள்ள மரத்தினைச் சுற்றி கட்டப்பட்ட மண் திண்ணையில் சென்று உட்கார்ந்தான். ஊரில் மொத்தம் பதினைந்து வீடுகள் மட்டுமே இருக்க ஒவ்வொரு வீட்டையும் தன் கண்களால் அளவெடுத்தவன், இவர்கள் சாப்பாட்டிற்கு என்ன செய்வார்கள், வேலைக்கு எங்கே செல்வார்கள் என ஒவ்வொன்றாய் யோசித்துக்கொண்டே தூங்க ஆரம்பித்துவிட்டான். ரஹீம் வந்து அவனை எழுப்ப சமையல் வாசனை காற்றில் மிதந்துவந்தது. இருவரும் வீட்டுக்குள்ளே சென்றனர்.

உணவை முடித்துக்கொண்டு மீண்டும் அவர்கள் பயணம் தொடங்கியது. வெயில் என்ற வார்த்தையின் முழு அர்த்தமும் முதன்முறையாக அவனுக்குப் புரிய ஆரம்பித்தது. தன் ஊரில் ஏப்ரல், மே மாதங்களில் காண்பது வெறும் இதன் சிறு பகுதிதான் என நினைத்துக்கொண்டான்.

“எப்படி இவர்கள் எல்லாம் இந்த வெய்யிலைத் தாங்கிக் கொள்கின்றனர்”, என்று ரஹீம்மைப் பார்த்துக்கேட்டான்.

அதற்குச் சிரித்துக்கொண்டே, “வெயில் என்பதை நாம் வார்த்தையாலே அளவிட ஆரம்பிக்கிறோம். வார்த்தையைக் கொண்டே நாம் அதன் தாக்கத்தைக் கற்பனை செய்துகொண்டோம். மனம் குளிரூட்டி, காற்றாடி போன்றவற்றின் கற்பனை வசதிக்குள் சுருங்கிக்கொண்டது. நாம் சிறிய வயதாய் இருக்கும்போது நம்முடைய விளையாட்டுத் தோழனாக வெயிலை வைத்திருந்தோம், ஆனால் நாம் வளர வளர எதிரியாக மாற்றிக்கொண்டோம். ஏன் என்று நாம் யோசிக்கவும் விரும்புவதில்லை. ஆனால் அவர்களோ குழந்தையில் வெயிலை எப்படிப் பார்த்தார்களோ அப்படித்தான் இப்பொழுதும் பார்த்துக்கொண்டிருக்கின்றனர்”, என்றான். அதற்குப்பிறகு அவன் எந்தக் கேள்வியும் கேட்கவில்லை. வெயிலின் விளையாட்டை ரசிக்க ஆரம்பித்துவிட்டான். மணலில் ஏறி இறங்கி விளையாடும் நிழலைத் துரத்திக்கொண்டே இருந்தது வெயில். தூரத்தில் கானல்நீரைத் தோற்றுவிப்பதும், அருகில் சென்றதும் மறைந்துகொள்ளும் அதன் தந்திரமும் அவனுக்கு

மிகவும் பிடித்துவிட்டது. வெயிலுடன் விளையாடிக்கொண்டு வந்ததில் நேரம் போனதே தெரியவில்லை.

சூரியன் மேற்கில் இறங்கிக்கொண்டிருக்க, மீண்டும் கிராமம் ஒன்றை வந்தடைந்தனர். இடையில் இரு இடங்களில் தண்ணீர்குடிப்பதற்காக மட்டும் ஓய்வு எடுத்தனர். அவர்கள் வந்தடைந்த கிராமம் மலையின் அடிவாரத்தில் இருந்தது. மீண்டும் அதே உடை, ஆபரணங்களுடன் மக்கள் குழுமிவிட்டனர். ரஹீம் அவர்கள் மொழியில் ஏதோ பேச, அதற்கு அவர்கள் எல்லாம் விழுந்து விழுந்துச் சிரித்தனர். இவனுக்கு அவர்கள் மொழி புரியவில்லை என்றாலும், அவர்களின் சிரிப்பே போதுமானதாக இருந்தது. பின்பு அங்கிருந்தவர்களிடம் விடைபெற்றுக்கொண்டு அந்த மலையைச் சுற்றி வர ஆரம்பித்தனர். மலையைச் சுற்றி வரவர அதன் பின்பகுதி லேசாகப் பச்சை நிறத்தில் தெரிய ஆரம்பித்தது. முழுவதும் சுற்றிவர படுத்துக்கொண்டு ஓய்வு எடுக்கும் யானையின் வடிவில் இருந்த அந்த மலை, பாலைவனத்திற்கான எந்த வரைவுகளையும் கொண்டிருக்காமல் பச்சை வண்ணத்தைக் கொண்டு வண்ணம் அடித்தாற் போல் இவர்கள் முன் நின்றது. அதன் வாசல் எம்.ஜி.ஆர் படத்தில் வரும் குகையின் வடிவில் இருந்தது. வெயில் அதன்மேல் பட்டதற்கான எந்தத் தடயமும் சிறிதும் இல்லை, ஆச்சர்யம் தாங்காமல் அவன் கேட்க, “அதுதான் பாலைவனத்தின் ரகசியம்” என்றான் ரஹீம். பின் அந்த மலையைப் பார்த்துக்கொண்டே நின்றான். அதன் முழுப் பச்சையையும் தனக்குள் வாங்கிவிட வேண்டுமென்ற வேகம் அவனுக்குள் இருந்தது. “ஒட்டகத்தை விட்டு இறங்கு”, என்று ரஹீம் சொன்னதும்தான் சுயநினைவு வந்தவன், ஒட்டகத்தில் இருந்து இறங்கியும் மலையைப் பார்த்துக்கொண்டே இருந்தான். ரஹீம் ஒட்டகத்தைக் கொண்டு சென்று ஒரு பாறையில் நீண்டுகொண்டிருந்த கல்லைச் சுற்றிக்கட்டிவிட்டு சாமான்களைத் தூக்கிக்கொண்டு சாஹீரை அழைத்துக்கொண்டு குகையின் உள்ளே நுழைந்தான். வெளியில் வெறும் மூன்று பேர் நுழைவதற்கு மட்டுமே இருந்த அதன் வாசல் உள்ளே நுழைந்ததும் அரண்மனையின் அரசசபை தர்பார்போல் விஸ்தாரமாக இருந்தது. உள்ளே மனிதன் இருந்ததற்கான எந்த அடையாளமும் அங்கு இல்லை. ஆங்காங்கு பாறை இடுக்குகளிலிருந்து சூரிய ஒளி கசிந்துகொண்டிருந்தது. ரஹீம் இருவருக்குமானப் படுக்கையை விரித்து வைத்துவிட்டு அவனைக் கூட்டிக்கொண்டு வெளியே

வந்தான். "மலை தன்மேல் ஏறுவதற்கு எப்போதும் ஒரு வழியை உண்டுபண்ணிக்கொள்கிறது. அதைக் கண்டுபிடிப்பதில்தான் மனிதனின் வெற்றி இருக்கிறது", எனப் பேசிக்கொண்டு இருவரும் மலை ஏறத் தொடங்கினார்கள். அவர்கள் மலை ஏறி நிற்கவும் சூரியன் மறைய ஆரம்பிக்கவும் சரியாக இருந்தது. வெள்ளை சூரிய ஒளி மஞ்சள், சிவப்பு, ஆரஞ்சு கடைசியில் நீலம் எனத் தன்னை மாற்றிக்கொண்டே வர பாலைவனமும் அதற்கு ஒத்திசைத்தாற்போல் நிறங்களை மாற்றிக்கொண்டே வந்தது. தான் ஒரு நிமிடம் ஏதேனும் உல்லாச விடுதியில் இருக்கிறோமோ எனச் சுற்றிமுற்றிப் பார்த்துக்கொண்டான். தினமும் உதிக்கும் சூரியன் எங்கிருந்து இவ்வளவு அழகை எடுத்து வருகிறது? இவைகளைத் தனக்குள் ஒளித்துக்கொள்கிறதா அல்லது இவைகள் எல்லாம் சேர்ந்து சூரியனை உருவாக்குகிறதா என யோசித்தான். ரஹீம் அவனைப் பார்த்துக்கொண்டே இருந்தான். ஒரு வார்த்தையும் பேசவில்லை. சூரியன் அதன் ஆதி நிறத்திற்குள் தஞ்சமடைய, நிலவின் ஒளியில் பாலைவனம் அதன் அடுத்தக் காட்சிக்கு மாறிவிட்டது. எங்கிருந்தோ குளிர்காற்று லேசாக வீச ஆரம்பித்தது. இருவரும் மலையிலிருந்து கீழே இறங்கத் தொடங்கினர். ரஹீம் இரவு உணவிற்கான வேலையைச் செய்யத் தொடங்க, வெளியில் தற்காலிகமாக விரிக்கப்பட்டிருந்த விரிக்கையில் படுத்தவாறு வானத்தை ரசித்துக்கொண்டிருந்தான் அவன். வாழ்வில் முதல்முறையாக வானத்தையும் நட்சத்திரங்களையும் அவைகளுக்கு ஒளியைத் தரும் நிலாவையும் பார்க்கப் பார்க்க என்னவோ போல் இருந்தது அவனுக்கு. ஏன் வீட்டில் நாம் ஒரு தடவைகூட மாடியில் சென்று தூங்கவில்லை என்ற எண்ணம் தோன்றியது. ரஹீம் சாப்பிட அழைக்கும்வரை அவற்றைப் பார்த்துக்கொண்டே இருந்தான். பின் இருவரும் சாப்பிட ஆரம்பித்தனர். இரவு சாப்பாட்டிற்குச் சப்பாத்தியும், குருமாவும் செய்யப்பட்டிருந்தது. இருவரும் சாப்பிட்டு முடிக்க, ரஹீம் அவனைத் தூங்க அழைத்தான். தான் சிறிது நேரம் கழித்து வருவதாய் சொல்ல, ரஹீம் அப்போ தான் உள்ளே சென்று தூங்குவதாகவும், ஏதேனும் உதவி தேவைப்பட்டால் உடனடியாக அழைக்குமாறும் சொல்லிவிட்டு, அவனுக்கருகில் ஒரு போத்தலில் தண்ணீரை வைத்துவிட்டு உள்ளே சென்றுவிட்டான். திறந்த வெளியை ரசித்துக்கொண்டே, வானமும் நட்சத்திரங்களும் கோர்த்து விளையாடும் விளையாட்டை ரசிக்கத் தொடங்கினான். ஒளிரும் நட்சத்திரம், மினுங்கும் நட்சத்திரம், விதவிதமான நட்சத்திர

வடிவம், எரிந்துவிழும் நட்சத்திரம் என ஒவ்வொன்றையும் ரசித்துக்கொண்டே இருந்தவன் தூங்கிவிட்டான்.

நிலா நடுவானில் இருக்க அவனுக்கு முழிப்புத் தட்டியது. குளிர் அவன் எதிர்பாராத அளவிற்கு அதிகமாக இருக்கப் படுக்கையை எடுத்துக்கொண்டு உள்ளே சென்றான். ரஹீம் உள்ளே தன் கையைத் தலையணையாக வைத்துக்கொண்டுத் தூங்கிக்கொண்டிருக்க, அவன் ஏற்கனவே தனக்காக விரித்துவைத்திருந்தப் படுக்கையில் சென்று தூங்க ஆரம்பித்தான். இடையில் முழிப்பு தட்டியதால் தூக்கம் வரவேயில்லை. அங்குமிங்கும் புரண்டு புரண்டு படுத்தவன், பாறையின் இடுக்குகளில் கசிந்துகொண்டிருந்த நிலவின் ஒளியை ரசித்துக்கொண்டே கண் அசர ஆரம்பித்தான். உறக்கத்தின் முதல் வாயிலில் நுழைவதற்கு முன்னால் ஷ்... என்ற ஒரு சத்தம் வர பயந்தடித்துக்கொண்டு எழுந்து உட்கார்ந்தான். மனம் படபடவென அடிக்கத் தொடங்கியது. குகையைச் சுற்றிமுற்றியும் பார்த்தான். பார்த்த சில நிமிடங்களுக்குள் அது காற்று வந்து குகையில் மோதும் சத்தம் என்று தெரிந்ததும் மனசு லேசாகத் தொடங்கியது. சத்தம் என்ற வார்த்தை அவனறியாமல் உதடு முணுமுணுக்கத் தொடங்கியது. அப்போதுதான் அவனுக்குத் தான் காலையிலிருந்து பாடல் எதும் கேட்கவில்லை என்பதும், ஒரு நாள் எப்படி இசையில்லாமல் கடந்தது என்பதும் ஆச்சரியமாக இருந்தது. மிகவும் சந்தோசமாக உணர ஆரம்பித்தான். சந்தோசத்துடன் படுக்கையில் சாய்ந்துகொண்டு கசிந்துவரும் நிலவின் ஒளியை ரசிக்க ஆரம்பித்தான். ரசித்துக்கொண்டிருக்கும்போதே திடீரென மொழி என்ற வார்த்தை அவன் காதுக்குக் கேட்க ஆரம்பித்தது. ஒரு வேளை அது தன் மனக்குழப்பமோ என்று யோசித்து மூச்சை இழுத்துப்பிடித்து நிறுத்தினான். மீண்டும் அந்தக் குரல் கேட்க ஆரம்பிக்க ரஹீம்மை திரும்பிப் பார்த்தான். ரஹீம்மின் உதட்டில் எந்தவித அசைவும் இல்லாமல் இருக்க, பயம் அவனைத் தொற்ற ஆரம்பித்தது. ரஹீம்மை எழுப்பலாமா? வேண்டாமா? என்று சற்று யோசித்தவன் வேண்டாம் என்று முடிவுசெய்து அமைதியாக இருந்தான். மீண்டும் அந்த வார்த்தை ஒலிக்க, அது தன் தலைக்கு மேல் இருந்து வருவதை உணர்ந்தவன் மேலே பார்த்தான். பாறையின் இடுக்குகளில் கசிந்துகொண்டிருந்த நிலவின் ஒளியிலிருந்து அதன் குரல் கேட்க மனம் கலவரப்பட ஆரம்பித்தது. கசிந்துகொண்டிருந்த ஒளி திடீரென அதன் நேர்க்கோட்டுப் பாதையை மாற்றிக்கொண்டு அந்தக் குகையைச் சுற்றி வர ஆரம்பித்தது. அது சுற்றிவருவதையேப்

பார்த்துக்கொண்டிருக்க, சுற்றிவந்த அந்த ஒளி இவன் முன்னால் வந்து குவியத்தொடங்கியதும் உடம்பிலிருந்து வியர்வை வழிந்தோடியது. இதற்குமேல் தாங்கமுடியாதவனாக ரஹீம் ரஹீம் என கத்தத் தொடங்கினான். அவன் எவ்வளவு கத்தியும் ரஹீம் எந்தவிதப் பதிலும் தரவில்லை. பின்புதான் தெரிந்தது தன் சத்தம் தன்னைவிட்டு வெளியேறவில்லை என்பது. மொத்தமாகக் குவிந்த அந்த ஒளியின் பின்னாலிருந்து மொழி என்று வார்த்தை வந்துகொண்டே இருக்க, அந்த ஒளியிலிருந்து ஒரு குரல் பேசத் தொடங்கியது.

இசை தன்வரலாறு கூறுதல்

இதுவரை எழுதப்பட்ட இசைவரலாறுகள் எல்லாம் ஏதாவது ஒரு இசைக் கலைஞனைப் பற்றி இருப்பதால் என் வரலாற்றை நானே எழுதவேண்டியக் கட்டாயத்தில் உள்ளேன். முன்பொரு காலத்தில் கடவுள் காடு, மலை, நதி, கடல் என இயற்கை எல்லாவற்றையும் படைத்துவிட்டு அந்த இயற்கையுடன் உறவாடுவதற்காக முதல் மனிதனையும் படைத்தார். அந்த மனிதன் தனிமையாக இருப்பான் என்பதற்காகத் தானும் அவன் கூடவே இருந்தார். அவனுடன் ஒவ்வொரு இடங்களாகச் சென்று இயற்கையின் விதிமுறைகளையும், அவற்றின் அமைப்புகளையும் வரைந்துச் சொல்லிக்கொடுத்துக் கொண்டிருந்தார். நாட்கள் இப்படிக் கழிந்துகொண்டிருக்க, ஒரு நாள் உலகத்தின் மறுகோடியில் முக்கியப் பிரச்சனை ஒன்று உருவானது. கூடவே யாரையும் கூட்டிச் செல்லமுடியாத நிலை வேறு. எனவே தனக்காக ஒரு நாள் மட்டும் அவனைத் தனியாக இருக்குமாறும், நாளை காலைத் தான் வந்துவிடுவதாகவும் சொல்லிவிட்டுச் சென்றார். அதுநாள் வரைக் கூடவே இருந்த கடவுள் தன்னை விட்டுச் செல்ல முதன்முறையாக மனிதன் தனிமையை உணர ஆரம்பித்தான். என்ன செய்வது என யோசித்தவன் சற்றுச் சுற்றிப் பார்த்துவிட்டு வரலாம் என முடிவு செய்தவனாக, மரத்தின்மேல் இருந்த தன் வீட்டிலிருந்து கீழே இறங்கி நடக்கத் தொடங்கினான். காய்ந்த இலைகள் எங்கும் பரவிக்கிடந்தது. மெதுவாகத் தரை இறங்கி நடக்க ஆரம்பிக்க சரக் என்ற ஒலி கேட்டு, தன் நடையை நிறுத்தினான். மனம் படபடவென அடிப்பதை உணர ஆரம்பித்தான். அடுத்த அடி எடுத்துவைக்க மீண்டும் சரக் என்ற ஒலி கேட்க, ஒரு நிமிடம் அங்கேயே நிற்க ஆரம்பித்தான். தன் கைகால்கள் வியர்க்க

ஆரம்பித்ததும் அங்கேயே உட்கார்ந்துவிட்டான். அவன் உடல் ரோமங்கள் எழுந்து நிற்க ஆரம்பித்தது. காது விரிய ஆரம்பித்தது. மரங்களின் சப்தம், நதியின் ஓட்டம், மலையிலிருந்து பாறை உருளும் சப்தம், பறவைகளின் குரல் என ஒவ்வொன்றாய் கேட்க ஆரம்பிக்க, தன் மனதிலிருந்து ஏதோ ஒன்று பிரிந்துசெல்வதை உணர ஆரம்பித்தான். கண்ணீரைத் தன் நாக்கில் சுவைத்தவன், அங்கிருந்து எழுந்து அன்று ஒரு நாள் முழுவதும் சுற்றிவந்து அனைத்துச் சப்தங்களையும் மனப்பாடம் செய்ய ஆரம்பித்தான். அந்தச் சப்தங்களை எல்லாம் கடவுள் வரைந்தது போக மீதமிருந்த ஓலையை எடுத்துக்கொண்டு இரவு முழுவதும் ஒலிக்குறிப்புகளை வரைய ஆரம்பித்தான். காலை கடவுள் வாசலில் வந்து நிற்பதையும் கவனிக்காமல் வரைந்துகொண்டே இருந்தான். கடவுளும் புரியாமல் அவனையேப் பார்த்துக்கொண்டே நின்றார். கடைசி ஒலிக்குறிப்பை வரைந்து முடித்ததும் கடவுளை ஏறெடுத்துப் பார்த்தான். தன் வாழ்வில் இதுவரை இப்படி ஒரு நிம்மதியை அனுபவித்ததில்லை என்பதை முதன்முறையாகப் புரிந்துகொண்டான். கடவுள் அன்று அவனுடன் எவ்வளவோ பேச முயற்சி செய்தும் அவன் ஒரு வார்த்தை கூட அவருடன் பேசவில்லை. கடவுள் கண்டுபிடித்துவிட்டார் மனிதன் தனிமைக்கான மொழியை கண்டுபிடித்துவிட்டான் என்று. உடனே அவர் அங்கிருந்து கிளம்பிவிட்டார். அவனும் அதன் பின் புது ஒலிகளைக் கேட்பதும், அவற்றை வரைவதுவமாகவும் சுற்றிக்கொண்டே இருந்தான்.

இசையின் மொழி

மனிதனின் மகத்தானக் கண்டுபிடிப்பு மொழி என்று எங்கிருந்தோ ஒரு அசிரீரி ஒலித்தது. வெறும் ஓசைக்குறிப்புகளோடுத் தூங்கிக்கொண்டிருந்த அவன் காதில் முதன் முறையாக அந்தச் சொல் காதில் விழ, சட்டென எழுந்தவன் தனக்குள் மொழி எனச் சொல்லிக்கொண்டான். தன் ஓசைக்குறிப்புகளை மூட்டைக் கட்டிக்கொண்டு மொழி என்ற வார்த்தை வந்த திசையை நோக்கி நடக்க ஆரம்பித்தான். காடு, மலை, நதி, கடல் என ஒவ்வொன்றாகத் தாண்டிச் சென்றுகொண்டே இருந்தான். கடந்து செல்லும் இடங்களில் ஏதேனும் புது ஓசைக்குறிப்புகள் கேட்டால் அதையும் பதிவு செய்துகொண்டே சென்றான். நடக்க நடக்கத் தன் கால்கள் வலி எடுப்பதை உணர்ந்தவன், வலி என்ற உணர்வு தன்

வாழ்வில் முதன்முறையாக ஏற்படுவதையும், போகும் இடத்தை நோக்கிய எதிர்பார்ப்பே தன் வலிக்குக் காரணம் என்பதையும் உணர்ந்த கணம் அவன் இனிமேல் எங்கும் செல்லவேண்டும் என முடிவெடுத்தவனாய் தன்னைச் சுற்றியுள்ள இடத்தைப் பார்த்தான். அவன் முன்னால் மணல்களால் சூழப்பட்ட பாலைவனமும் அந்தப் பாலைவனத்தின் நடுவில் பசுமையால் சூழப்பட்ட ஒரு மலையும் நின்றிருந்தது. அந்த மலையின் கீழே வாசல் ஒன்று திறந்திருக்கத் தன் மூட்டைகளை எடுத்துக்கொண்டு உள்ளே நுழைந்தான்.

கடவுளின் துரோகம்

மனிதனிடம் பிரிந்து சென்ற கடவுள் உலகின் கடைசி எல்லைக்குச் சென்று ஆதாமையும், ஏவாளையும் படைத்தார். ஆதாமுக்கு ஏவாள் துணை இருக்க அவன் கடவுளைக் கண்டுகொள்ளவே இல்லை. கடவுளும் தனிமையை உணர ஆரம்பித்தார். நீண்ட நாட்களுக்குப் பிறகு தான் தனியே விட்டுவந்த மனிதனை நினைத்துப் பார்த்தார். அவனைத் தேடி மறுபடியும் அவனைவிட்டுச் சென்ற இடத்திற்கு வர அங்கே மனிதன் வாழ்ந்ததற்கான எந்த வித அடையாளமும் இல்லாமல் இருந்தது. தான் விட்டுச் சென்ற மனிதன் எங்கே என ஒவ்வொரு இடமாகத் தேட ஆரம்பித்தார். தேடலில் அவர் ஒரு புதுவிதச் சிலிர்ப்பை அடைந்தார். தான் படைத்தப் பொருட்களை முதன்முறையாக உற்றுப்பார்க்க ஆரம்பித்தார். பார்க்க, பார்க்க தன் படைப்பின்மேல் ஒரு கர்வம் ஏற்பட்டது. தான் பெரியவன் என்கிற எண்ணம் மனதின் அடியில் தோன்ற ஆரம்பிக்க உடனே அங்கிருந்துக் கிளம்பி நேராக ஆதாம், ஏவாள் இருக்கும் இடத்திற்குச் சென்றார். அவர் அங்குச் சென்று நிற்க, ஆதாமும் ஏவாளும் ஒரு ஆப்பிளை இருவர் உதடுகளுக்குப் பொதுவாக வைத்து உருட்டி விளையாடிக்கொண்டிருந்தனர். அதைக் கண்ட கடவுளுக்குப் பொறாமை என்னும் கனல் எரிய ஆரம்பித்தது. உடனே ஆப்பிள் என்னும் வஸ்துவைக் காரணமாக வைத்துச் சாபம் என்னும் ஒரு கட்டளையை அவர்களுக்குப் பிறப்பித்துவிட்டு அங்கிருந்து அந்தத் தனிமனிதனை நோக்கிக் கிளம்பினார். அங்கிருந்து காடு, மலை, நதி, கடல் என ஒவ்வொன்றாகத் தாண்டிக் கடைசியாக அவனைப் பாலைவனத்தின் குகையில் கண்டுபிடித்தார். அவர் உள்ளே சென்ற நேரம் அவன் ஆழ்ந்த தூக்கத்தில் இருந்தான். கடவுள் சிறிது நேரம் அவனையே பார்த்துக்கொண்டு நின்றார்.

அவன் முகத்தில் இதுவரை காணாத ஏதோ ஒன்று இருப்பதைப் பார்த்துப் பொறாமை உச்சத்தை அடைய, அருகில் கிடந்த ஒரு பாறாங்கல்லை எடுத்து அவன் தலையில் எறிந்தார். கடவுள் எறிந்த கல் அவன் முகம் அருகில் செல்லவும், அவன் கண்விழிக்கவும் சரியாக இருந்தது. கல் தன்னை நோக்கி வருவதையும், தன் கடைசி கணம் நெருங்கி விட்டதையும் உணர்ந்த அவன் மொழி என்று மூன்று முறை கூறினான். கடவுளுக்கு மொழி என்ற வார்த்தை மட்டும் கேட்க, அவன் தனக்கு ஏதோ சாபம் இடுகிறான் எனப் பயந்துகொண்டு அங்கிருந்து ஓடிவிட்டார். அவன் முகத்திலிருந்து வழிந்த ரத்தம், கீழே வழிந்தோடிப் பாறை இடுக்குகளின் இடையில் வைத்திருந்த ஓசைக்குறிப்புகளின் மேல் பரவியது.

இசைக்குறிப்பேடு

காலம் கிபி 1010. வெள்ளைக்குதிரை குகையின் வாசலில் வந்து நிற்க, அதிலிருந்து தூய வெள்ளை உடை அணிந்த துறவி ஒருவர் இறங்கிக் குதிரையை ஒரு பாறையில் நீண்டுகொண்டிருந்த கல்லினை சுற்றிக் கட்டிவிட்டு, அதன் மேல் இருந்த நீர் குடுவையையும், உணவு பொட்டலத்தையும் எடுத்துக்கொண்டு குகைக்குள்ளே நுழைந்தார். உள்ளே இருக்கும் அமைதி அவருக்கு ஆறுதலாக இருந்தது. கொண்டுவந்த உணவையும், தண்ணீரையும் சாப்பிட்டு குடித்துவிட்ட பிறகு மீதமுள்ளவற்றைப் பாதுகாப்பாக வைப்பதற்காக வேண்டி ஒரு இடத்தைத் தேடினார். கடைசியில் பாறைகளுக்கு இடையில் ஒரு இடத்தைக் கண்டுபிடித்து அவற்றை வைப்பதற்காகக் குனிய கண்முன்னே சிவப்பு நிறத்தில் ஒரு ஓலைப்புத்தகம் இருப்பதைக் கண்டுபிடித்தார். அதை மெதுவாக எடுத்துப் பார்க்க அது நிறம் அல்ல உறைந்த ரத்தம் என்பது புரிந்துவிட்டது. புத்தகத்தைத் திறக்க ஆரம்பித்தார். திறந்தவுடன் கண்ணில் பட்டது ஐந்து கோடுகள் மட்டுமே. அதன் அருகே ஐம்புலன்களின் வரைபடம் குறிக்கப்பட்டிருந்தது. அடுத்தடுத்த பக்கங்களைத் திறக்க மரங்கள், பறவைகள், விலங்குகள், காடுகள், மலைகள், நீர் நிலைகள், பாறைகள் எனப் புத்தகம் முழுவதும் நிரம்பிக் கிடக்க அவற்றின் அருகில் ஒரு குட்டிப் படமாக வரையப்பட்டிருந்தது. துறவிக்குப் புரிந்துவிட்டது, அவை இசையின் ஒலிக்குறிப்புகள் என்பது. அவரை எங்கிருந்தோ மகிழ்ச்சி வந்து தொற்றிக்கொண்டது. உடனே அங்கிருந்து கிளம்பிவிட நினைத்து அந்தப் புத்தகத்தை எடுத்துக்கொண்டு குகைவாசல் வரை வந்தார்.

குகைவாசல் வரை வெளியே வந்தவரை ஏதோ ஒரு விசை உள்ளே இழுத்து எறிந்தது. மீண்டும் எழுந்து நடக்க ஆரம்பிக்க மறுபடியும் அவரை இழுத்துப்போட்டது. இந்த முறை அவருக்குப் புரிந்துவிட்டது. உடனே புத்தகத்தை விட்டுவிட்டு அங்கிருந்து கிளம்பியவர், இரு மாதங்கள் கழித்து மூன்று குதிரைகளுடன் அதன் வாசலில் வந்து நின்றார். ஒரு குதிரை முழுவதும் குறிப்பேடுநகல் எழுதுவதற்கான துணிகளையும், மற்றொரு குதிரை முழுவதும் தான் தங்குவதற்குத் தேவையான காலம் முழுவதற்குமான உணவுகளையும் கொண்டு வந்திருந்தார். சரியாக இரண்டு வருடம், இரண்டாம் மாதத்தின் 29ஆம் நாளில் அதன் நகல்களை எடுத்து முடித்தார். அவர் கடைசி ஓசைக்குறிப்பை நகல் எடுத்துமுடிக்க அந்தப் புத்தகம் அவர் முன்னாலிருந்து பறந்துசென்று அந்தரத்தில் நின்று மொழி என்று மூன்று முறை கூறிவிட்டு மறைந்துவிட்டது. பின் வீடு திரும்பிய அந்தத் துறவி அந்தக் குறிப்புகளை ஐம்புலன்களின் அடிப்படையில் வகைப்படுத்தினார். வகைப்படுத்திய ஒலிக்குறிப்புகளை அவற்றின் ஓசைநயங்களுக்கு ஏற்ப மனிதனுக்கான மொழியில் எழுத ஆரம்பித்தார். பின்னர் அந்த இசைக்குறிப்புகளை எடுத்துக்கொண்டு ஒவ்வொரு ஊராகச் சென்று மனிதர்களுக்கு இசைத்துக் காட்டினார். இவ்வாறாக என் வரலாறு தொடர்கிறது என்று சொல்லி முடிக்க, அந்தக் குரல் மெதுவாகக் குறைய ஆரம்பித்தது. அதற்கு இணையாக அந்த ஒளியும் மறைய ஆரம்பித்து ஒரு புள்ளியில் குகை முழுவதையும் இருள் சூழ்ந்துகொண்டது. மொத்த இருளுக்குள் அவன் சுருண்டுகொள்ள, மெல்லிய காற்று அவன் மேல் பட, உடல் சமநிலை அடைந்தது. இருளுக்குக் கண்கள் புலப்பட ஆரம்பித்தது. ஒரு நிமிடம் தான் கண்டதும், கேட்டதும் கனவா? இல்லை கற்பனையா? எனக் குழம்பியவன் சுற்றிப் பார்த்தான். ரஹீம் அதே நிலையில் தூங்கிகொண்டிருந்தான். ஒரு நிமிடம் தன் மூச்சை முழுவதுமாக உள்ளிழுத்து வெளியேவிட்டவன், தனக்கு வயது கூடிவிட்டதாக எண்ணம் தோன்றியது. மனது அமைதியாக இருந்தது. மொத்த இருளிலிருந்து மீண்டும் ஒரு புள்ளி வெளிச்சம் உருவாக ஆரம்பித்தது. அந்த வெளிச்சம் மெல்ல மெல்ல விரிவடைய ஆரம்பிக்க அது சிவப்பு நிறத்திற்கு மாறிக்கொண்டே வந்தது. அதை எதிர்கொள்வதற்குத் தன்னைத் தயார்ப்படுத்திக்கொண்டான். அந்த ஒளி பூகோள வடிவத்தில் குவிந்து இவன் முன்னால் வந்து நின்றது. இவன் பார்த்துக்கொண்டிருக்கும்போதே அதிலிருந்து ஒரு ஓலைப்புத்தகம் இவன் மடியில் வந்து விழ, தன்னுடைய முதல்

இசை ✿ 29

பக்கத்தைத் தானாகவே அது திறந்துகொண்டது. ஐந்து கோடுகள் மட்டும் கண்ணில் பட்டது. அவனறியாமலே அவன் விரல்கள் அதன் மேல் பரவ ஆரம்பிக்க, எங்கிருந்தோ இலைகள் மிதிபடும் ஓசை கேட்க, அவன் காது விரிய ஆரம்பித்தது. பக்கங்கள் ஒவ்வொன்றாகப் புரள ஆரம்பித்தது.

இலை முறிபடும் ஓசை கேட்க ஆரம்பித்தது. முறிந்த இலைக் காற்றில் பறந்துவரும் சத்தம் மெதுவாகக் கேட்க ஆரம்பிக்க, எங்கிருந்தோ ஒரு பறவை படபடவெனத் தன் சிறகை அசைத்துவந்தது. சிறகை அசைத்து வந்த பறவை தன் சிறகால் சட்டென அந்த இலையைத் தள்ளிவிட, அந்த இலை மெதுவாகத் தரையில் விழுந்தது. விழுந்த இலைகளின் மேல் மீண்டும் ஆட்கள் நடக்கும் காலடியோசைக் கேட்க ஆரம்பித்தது. காலடியோசை கேட்டுக்கொண்டே இருக்க எங்கிருந்தோ வந்த காற்று மொத்த இலைகளையும் சுருட்டிக்கொண்டு அந்தரத்தில் கொண்டுசென்று வெடித்துச் சிதறியது. வெடிப்புக்குப் பின் அமைதி பரவ, மரத்திலிருந்து ஒரு குயில் கூவியது. அதன் கூவலுக்கு எதிர்ப்பாட்டாக மயில் அகவ ஆரம்பித்தது. மயிலின் அகவலுக்குப் பதிலாக மரங்களில் தொங்கிக்கொண்டிருந்த குரங்குகள் கீச்சிட, குரங்குகளின் கீச்சிடலில் பயந்து பறவைகள் அங்குமிங்கும் அலைபாய்ந்தது. அந்த அலைச்சலின் சத்தத்தைக் கேட்டுப் புல்லைத் தின்றுகொண்டிருந்த மான் பயந்துகொண்டு ஓட ஆரம்பித்தது. மானின் காலடியோசை சிங்கத்தின் காதுகளில் ஒலிக்க, சிங்கம் கர்ஜிக்க ஆரம்பித்தது. சிங்கத்தின் கர்ஜனைக்குப் பயந்து மரத்திலிருந்து பல்லி ஒன்று தன் வாலை அடித்துக்கொள்ள, அதற்கு மறுபுறம் நின்றுகொண்டிருந்த அணில் ஒரு பழத்தைக் கொறித்துக்கொண்டிருந்தது. கீழே பாம்பு ஒன்று இலைகளுக்கு இடையில் சச்சரவென ஊர்ந்து, அங்கு நின்று கொண்டிருந்த யானையின் காலுக்கு அடியில் செல்ல, யானை தன் காலைத் தூக்கி தரையில் அடிக்க நிலம் அதிர ஆரம்பித்தது. நிலத்தின் அதிர்வைத் தாங்கமுடியாமல் பறவைகள் எல்லாம் தடதடவெனச் சிறகடித்து வானத்தை நோக்கிப் பறக்க ஆரம்பிக்க, வானத்திற்குக் கீழே நதி ஓடிக்கொண்டிருந்தது. நதியின் மேல் சடசடவென மழை தூர ஆரம்பிக்க, மழையும் நதியும் சேர்ந்துகொண்டு ஒரு பேரிரைச்சலை உண்டாக்க, எங்கிருந்தோ காற்று முழுப் பலத்துடன் வீச ஆரம்பித்தது. வீசிய காற்று மலையில் மோதித் திரும்பியது. காற்றின் வேகத்திற்கு ஈடுகொடுக்க முடியாமல் பாறை அசைய ஆரம்பிக்க, அசைந்த பாறை

ஒரு கட்டத்தில் அதன் இடத்திலிருந்து நழுவித் தடதடவென உருண்டு, பேரிரைச்சலுடன் ஓடிக்கொண்டிருந்த நதியில் பெரும் சத்தத்துடன் விழுந்தது. பாறை விழுந்த அதிர்வில் தண்ணீர் தரையில் சிதற, ஓடிக்கொண்டிருந்த நதி ஒரு எல்லைக்கு அப்புறம் அமைதியான ஆறாகத் தன்னை மாற்றிக்கொண்டது. ஆற்றின் கரையை ஒட்டிய இடத்தில் மேல்மூச்சு கீழ்மூச்சுவாங்கத் தண்ணீர் அருந்திக்கொண்டிருந்தது புலி ஒன்று. அந்தப் புலிக்கு எதிராக நின்றுகொண்டு யானைத் தும்பிக்கையால் தண்ணீரை அள்ளி தன் மேல் ஊற்றிக்கொண்டு பிளிறியது. அந்த ஆற்றின் இன்னொரு எல்லையில் தண்ணீர் குடித்துக்கொண்டிருந்த பசு ஒன்று "மா" என்று ஓங்கிக் கத்த, கன்று ஒன்று எங்கிருந்தோ ஓடிவந்து பசுவின் மடியை இழுத்து பால் குடிக்க ஆரம்பித்தது, கன்று குடித்தது போக மடுவிலிருந்து பால் சோட்டுச்சொட்டாக ஆற்றில் விழுந்தது. பாலை வாங்கிக்கொண்டு சென்றுகொண்டிருந்த ஆறு, கடலுடன் மோதித் தன்னை இணைத்துக்கொண்டது. கடலுக்குள் அடியில் இருக்கும் சங்குக்குள் புகுந்து வரும் காற்றின் சத்தத்தைத் துணைக்குக்கொண்டு அலைகள் பரவ ஆரம்பித்தது. ஒவ்வொரு அலையும் தங்களுக்குள் போட்டிப் போட்டுக்கொண்டு இடித்துக்கொண்டு சென்று அங்கு நின்று கொண்டிருந்த பாறையின் மேல் சட்டென்று மோதியது. மோதியதில் உண்டான அதிர்விலிருந்து தெரித்த நீர்த்துளி அங்கு விளையாடிக்கொண்டிருந்த ஒரு குழந்தையின் முகத்தில் சிதற, குழந்தை கலகலவெனச் சிரிக்க ஆரம்பித்தது. அந்தச் சிரிப்பொலி அனைத்து ஒலிகளின் மேல் பரவ அங்கு ஆழ்ந்த அமைதி ஒன்று நிலவியது.

அவன் கன்னங்களில் கண்ணீர் வழிந்தோடிக்கொண்டிருந்தது. தான் மூச்சுவிட்டும் சத்தம் தனக்கே கேட்க, வழிந்த கண்ணீரைக் கூட துடைக்காமல், அந்த ஒளியையே பார்த்துக்கொண்டிருந்தான். அந்த ஒளி புகையைப் போல் மெதுவாகக் காற்றில் பரவி, மொத்த குகையையும் சுற்றி வந்து ஒரு வட்டத்தை உருவாக்கிக்கொண்டது.

வட்டம் குகையை நிரப்பி வழிந்துக்கொண்டிருக்க, வட்டத்தின் உருவத்தில் சிறிது நெளிவு ஏற்பட்டது. அந்த நெளிவின் பின்னாலிருந்து தம்புராவின் நரம்பு தீண்டும் ஒலி மெதுவாகக் கேட்க ஆரம்பித்தது. நரம்பின் அதிர்வுக்கு ஏற்ப அவனின் நரம்புகள் தோலிலிருந்து வெளியேறியது. நரம்புகள் அதிரும் சத்தம் கூடிக்கொண்டே வர அவனின் உடல் நரம்புகளும் ஒவ்வொன்றாகப் புடைக்க, உடலும் மனமும் இறுகியது. அந்த இறுக்கத்தின் பிடியில்

சிறிது நேரம் இருந்தவன், நரம்பின் அதிர்வு மெல்ல மெல்லக் குறைய இயல்புநிலைக்குத் திரும்பினான். நரம்புகள் அதன் இடத்திற்கே திரும்பிவிட, குகையின் வாசலிலிருந்து எக்காளம் ஊத ஆரம்பித்தது. அதன் ஊதல் குகையின் மூலை முடுக்கெல்லாம் பட்டு கடைசியாக அவன் காதுக்குள் நுழைய, அவன் உடலில் மயிர்கள் எழுந்து நிற்கத் தொடங்கியது. மனம் பிரமாண்டத்திற்கான வாசலைத் திறந்துவிடத் தொடங்கியது. எக்காளத்தின் ஒலி அவன் மண்டைக்குள் நுழைய அவன் காதுகள் எட்டுத் திசைகளிலும் விரியத் தொடங்கியது. நான்கு திசைகளிலிருந்து காற்று கருவிகளான புல்லாங்குழல், ஸாக்சோபோன், நாதசுவரம், மகுடி என வரிசைப்படி இசைக்கத்தொடங்கியது. புல்லாங்குழல் அவன் காதில் கேட்க, ஸாக்சோபோன் மண்டையில் ஒலிக்க, நாதசுவரம் நெஞ்சில் இசைக்க, மகுடி அவன் வயிற்றில் இசைக்க ஆரம்பித்தது. நான்கு திசைகளின் இசைகளையும் அவன் மனது நடுவில் நின்று ஒழுங்குபடுத்த ஆரம்பிக்க, ஒவ்வொரு ஒலியும் அதற்கேற்ப அளவு கூடிக்கொண்டும், குறைந்துகொண்டும் ஒரு மாபெரும் இன்னிசை நிகழ்ச்சி நடத்திக்கொண்டிருந்தது. இசை மெலிதாகக் கேட்க ஆரம்பிக்க நான்கு திசைகளுக்கு இடைப்பட்ட திசையிலிருந்து பெரு முரசு, உறுமி, கொடுகொட்டி, பறை எனத் தோல்கருவிகளின் அதிர்வுகள் மெலிதாகக் கேட்க ஆரம்பித்தது. மெலிதாகக் கேட்க ஆரம்பித்த அதன் அதிர்வுகள் கூடிக்கொண்டே வர காற்றுக்கருவிகள் அவற்றிற்குப் பக்க வாத்தியமாக மாறியது. தன் கைகள் உடலிருந்து நான்காகப் பிரிந்து செல்வதையும், கருவிகளின் இசைக்கேற்ப நான்கு கைகளும் ஏறி இறங்குவதை உணர ஆரம்பித்தான். நான்கு கருவிகளையும் உடல் பிரதானமாக நின்று ஒழுங்குபடுத்திக்கொண்டிருக்க, உள்ளுக்குள் அடைத்திருந்த இறுக்கம் வெடித்துச் சிதற வாய்விட்டுச் சிரிக்க ஆரம்பித்தான். சிரிப்பு எட்டுக்கருவிகளுக்கு நடுவில் நிற்க, அவனின் சிரிப்பை உள்வாங்கிக்கொண்டு அதற்கேற்ப அவற்றின் இசையைப் போலி செய்ய ஆரம்பித்தது. அவனுக்கு அந்த விளையாட்டுப் பிடித்துப் போக, சிரிப்பின் அத்தனை வகைகளையும் செய்து காண்பித்தான். அவைகளும் அவற்றைத் தன் இசையில் செய்து காட்ட ஆரம்பித்தது. சிரிப்பு குறையும் அளவிற்கு காற்றுக்கருவிகளும், அதிரும் சிரிப்புக்குத் தோல்கருவிகளும் மாறி மாறி இசைக்க, தன் உடல் இசையாக மாறுவதாய் உணர ஆரம்பித்தான். ஒரு கட்டத்தில் சிரிப்பின் அளவு உச்சத்தில் ஒலிக்க எட்டு கருவிகளின் இசையும் அவன் உடலை அந்தரத்தில்

தூக்கி நிறுத்தி மிதக்க விட்டது. மிதந்துகொண்டே புல்லாங்குழல் ஒலிக்கும் திசை அருகே செல்ல அவை அவற்றின் உச்சஸ்தாதியில் இசைத்துவிட்டு மெல்லிய அதிர்வை மட்டும் விட்டுவிட்டுச் சென்றது. இதுபோல் ஏழுதிசைகளுக்கும் அதன் உச்சஸ்தாதியில் இசைத்துவிட்டு மெதுவாக அதிர்ந்துகொண்டிருக்க அவன் உடலை அவனுக்காக விரிக்கப்பட்டிருந்த படுக்கையில் கொண்டு சென்று வீழ்த்தியது. மொத்த இசையின் கடைசித் துணுக்காய் அதிர்வுகள் ஒலித்துக்கொண்டிருக்க அவன் அந்தக் குகையைச் சுற்றி வட்டமாய் மிதந்துகொண்டிருந்த சிவந்த ஒளியைப் பார்த்துக்கொண்டிருந்தான். அந்த ஒளி மீண்டும் வட்டத்திலிருந்து விடுபட்டு, அவன் முன்னால் வந்து குவியத்தொடங்கியது. அந்தக் குவியலின் பின்னால் இசைக்கருவிகளின் அதிர்வு ஒலித்துக்கொண்டிருக்க, குவிந்த மொத்த ஒளியும் அவன் கண்ணுக்குள் செல்ல உடல் உதற ஆரம்பித்தது. மொத்த ஒளியும் கண்ணுக்குள் சென்றதும் உடல் இயல்புநிலைக்கு வர அவன் கண்கள் சிவந்து விரிந்திருந்தது. ஒரு நிமிடம் குகை இருளில் மூழ்கியது. அதிர்வுகள் மெல்ல மெல்லக் குறைந்து மௌனம் பரவ ஆரம்பிக்கக் கண்களிலிருந்து சிவப்பு மெல்ல மெல்லக் குறைய ஆரம்பித்தது. ஒரு நிலையில் கண் முழுவதுமாக வெண்மையாக மாறக் குகையை மௌனம் நிரப்பிக் கொண்டுவிட்டது. மௌனத்தைத் தன் மூக்கில் சுவாசித்தவன் கண்மூடி தூங்க ஆரம்பித்தான்.

– கல்குதிரை, இதழ் 28

■ ■ ■

பலூன்

பலூனின் வரலாறு

இரவு முழுவதையும் உள்வாங்கிக்கொண்டு ஆழ்ந்த அமைதியில் மூழ்கியிருந்தது அந்த வனாந்திரம். அதன் நடுவே கூடாரம் விரிக்கப்பட்டு உள்ளே மெழுகுவர்த்தி ஏற்றப்பட்டிருந்தது. கூடாரத்தின் முன்னால் சகோதரர்கள் இருவரும் உட்கார்ந்திருந்தார்கள். அவர்களின் அருகே கட்டைகள் முக்கோண வடிவத்தில் அடுக்கப்பட்டு அதன் உச்சியில் இலைகள் குவிக்கப்பட்டு இருந்தன. இளைய சகோதரர் தன் அருகே இருந்த மெழுகுவர்த்தியை எடுத்து இலையின் மீது வைத்தார். இலையில் தொடங்கிய நெருப்பு முழுவதுமாகப் பரவியது. வெளிச்சத்தைக் கண்ட பூச்சிகள் இருளுக்குள் பதுங்கிக் கொண்டன. சகோதரர்கள் இருவரும் நெருப்பைப் பார்த்துக்கொண்டிருந்தார்கள். நெருப்பின் நிழல்கள் அவர்களைச் சூழ்ந்து அலைந்துகொண்டிருந்தது. அலையும் நிழல்களைப் பார்த்துக்கொண்டிருந்தவர்களுக்கு நெருப்பைத் தாண்டி வெள்ளையும் கருப்பும் சாம்பலும் கலந்த புகை வெளியேறுவதைக் கவனித்தார்கள்.

இளைய சகோதரர், "நான் எவ்வளவோ யோசித்துப் பார்த்துவிட்டேன். எப்படி இந்தப் புகை உருவாகிறது என்று என்னால் கண்டுபிடிக்க முடியவில்லை. உனக்கு எதுவும் புரிகிறதா?"

"எனக்கும் இந்த எண்ணம் சிலநேரங்களில் ஏற்படத்தான் செய்கிறது. தீ அணைந்துவிட்டாலும் புகை வந்துகொண்டேதான் இருக்கிறது. புகையை உருவாக்குவது எது, அப்படி உருவாகும் புகையை வெளித்தள்ளுவது எது?" எனப் பல கேள்விகள் என்னையும் குழப்பிக்கொண்டுதான் இருக்கின்றன.

“இருந்தாலும் இந்தப் புகையில் ஏதோ மாயம் இருப்பதுபோல் எனக்குத் தோன்றுகிறது.”

“எனக்கும் அப்படித்தான் தோன்றுகிறது. இந்தப் புகையை நாம் கைப்பற்றுவதற்கான வழிகள் ஏதேனும் இருக்கின்றனவா?”

“இருக்கும் என்றுதான் எனக்குத் தோன்றுகிறது.”

“பறக்கும் இந்தப் புகையை நாம் எதேனும் பொருள் ஒன்றிற்குள் நிரப்பும்பட்சத்தில் அந்தப் பொருள் என்னவாகும்?”

“அந்தப் பொருளும் பறந்துவிடுவதற்கானச் சாத்தியக்கூறுகள் இருக்கலாம்.”

திடீரென யோசித்தவராக மூத்த சகோதரர், “அற்புதம்”, என்றார். வானில் நட்சத்திரம் ஒன்று தோன்றியது.

நகரக் காபிக்கடை எங்கும் கூட்டம். சிந்திய காபித்துளிகளைக் குடித்துக் கொண்டிருந்தன ஈக்கள். நகரத்தின் மொத்தக் காலடிச்சுவடுகளும் நகரை மிதித்துக்கொண்டுச் சென்றுகொண்டிருந்தன. திரும்பும் இடமெல்லாம் திருவிழாவின் குதூகலம். ஒருவருக்கொருவரைப் பார்த்துக்கொண்டும் சிரித்துக்கொண்டும் முகமன் கூறியும் விரைந்து சென்றுகொண்டிருந்தார்கள். அழுக்குகளைச் சுத்தம் செய்துகொண்டிருந்தார்கள் துப்புரவுப்பணியாளர்கள். நகரின் மத்தியில் உள்ள சந்தையின் அருகே மொத்தக் கூட்டமும் கூடியது. சந்தையின் நடுவே மாபெரும் நிலப்பரப்பு சுத்தம் செய்யப்பட்டு விரிவாக்கப்பட்டிருந்தது. அந்த நிலப்பரப்பில் 10 மீட்டர் சுற்றளவு உள்ள ஒரு பட்டுத்துணி விரிக்கப்பட்டிருந்தது. அந்தத் துணியைச் சுற்றி வேலையாட்கள் சூழ்ந்திருந்தார்கள். சகோதரர்கள் இருவரும் அடுத்து செய்ய வேண்டியப் பணிகளை வேலையாட்களுக்குக் அறிவித்துக்கொண்டிருந்தார்கள். பட்டுத்துணியை நான்குப் பகுதிகளாகப் பிரிக்கச் சொன்ன அவர்கள், அந்தப் பகுதிகளை இணைப்பதற்கான பொத்தான்களை வேலையாட்களுக்கு கொடுத்தார்கள். மொத்தம் 1800 பொத்தான்கள் வைத்து நான்கு பகுதிகளும் இணைக்கப்பட்டன. பின்பு மொத்தத் துணியையும் உட்புறமாக மாற்றிவைத்து மெல்லிய காகிதத்தைக் காற்று வெளியேறாதவாறு சுற்றித் தைத்தார்கள். மீண்டும் துணியை அதனுடைய பழைய நிலைக்கே திருப்பி அதன் மொத்தவடிவத்துக்கும் கவசமாய் மீன் வலையை அணிவித்தார்கள். நகரத்தின் உயரமான மேடையில் அமர்ந்து மன்னர் இவற்றையெல்லாம்

பார்த்துக்கொண்டிருந்தார். வேலை முடிந்து அந்தத் துணியின்கீழ் சிலப் பொருட்கள் குவிக்கப்பட்டு இருக்க சகோதரர்களில் ஒருவர் அந்தப் பொருட்களுக்கு நெருப்பு மூட்டினார். முதலில் வெறும் புகை மட்டும் வெளியேறிக்கொண்டிருக்க மக்கள் பீதியடைந்தார்கள். பின் கொஞ்சம் கொஞ்சமாக நெருப்பின் சுவடுகள் தெரிய ஆரம்பித்தன. நெருப்பின் சுவாலைகள் முழுவீச்சுடன் பற்றியெரிய, விரிக்கப்பட்டிருந்த பட்டுத்துணி மாபெரும் ராட்சத உருண்டையாக மாறியது. மக்கள் எல்லாம் பயந்து பின்வாங்க ஆரம்பித்தார்கள். அதைப் பற்றிக்கொண்டிருந்த நூல் வெட்டப்பட்டது. மெல்ல எழுந்த அது மனிதர்கள், கடைகள், மாளிகைகள், மன்னர் உட்கார்ந்திருக்கும் மேடை என எல்லாவற்றையும் தன் நிழலுக்குள் அடக்கிக்கொண்டு வானத்தை நோக்கிச் சென்றுகொண்டிருந்தது. பறந்து செல்லச் செல்ல மொத்த நகரமும் அதன் நிழலால் சூழப்பட்டது. அந்த நிழல் அளித்த மனிதனின் சாத்தியங்கள் முதன்முறையாக நகரத்தின் காபிக்கடைகளில் காபி குடித்துக்கொண்டிருந்த மனிதர்களின் மனதில் இனம்புரியாத அச்சத்தையும், நம்பிக்கையையும் ஏற்படுத்தியது. சகோதரர்கள் இருவரும் வானத்தைப் பெருமிதத்துடன் பார்த்துக்கொண்டிருந்தார்கள்.

இரவு அவர்கள் மிகவும் சோர்வுடன் வீட்டுக்கு வந்தார்கள். வீடு முழுவதும் வண்ணவிளக்குகளால் அலங்கரிக்கப்பட்டிருந்ததன. வாசலின் சுற்றுச்சுவரில் அவர்கள் பெயர்கள் பொறிக்கப் பட்டிருந்தன. அவர்களின் வெற்றியைக் கொண்டாட வேண்டியதற்கான உணவுவகைகள் எல்லாம் சாப்பாட்டு மேஜையில் நிரப்பப்பட்டிருந்தன. மூத்த சகோதரர் நிம்மதி இல்லாதவராக அலைந்துகொண்டிருந்தார். தான் ஒரு பலூனாக மாறிவிட்டதாகத் தோன்றியது. தன்னை மிகவும் சோர்வாக உணர்ந்தவர் நேராகப் படுக்கை அறைக்குள் சென்றுவிட்டார். அவருக்குப் பின்னே வந்த இளைய சகோதரர் மிகவும் உற்சாகமாகத் தனக்கு வைக்கப்பட்ட எல்லாவற்றையும் ரசித்து ருசித்து உண்டார். சாப்பிட்டு முடித்ததும் எல்லோருக்கும் நன்றி சொல்லிவிட்டுத் தன் கையில் மதுக்கோப்பையுடன் மூத்த சகோதரரின் படுக்கை அறைக்குள் நுழைந்தார். மூத்த சகோதரர் சுவரையே வெறித்துப் பார்த்துக்கொண்டிருக்க, அவரைப் பார்த்த இளையவர்,

“என்ன யோசித்துக்கொண்டிருக்கிறீர்கள் சகோதரரே? நீங்கள் ஏன் சாப்பிட வரவில்லை?”

“நாம் செய்தக் காரியத்தின் பலன் உனக்குப் புரிந்ததா?”

“ஏன் புரியவில்லை... நாம் இந்த உலகில் அதிசயத்தை உண்டு பண்ணியிருக்கிறோம். இது கொண்டாடப்பட வேண்டிய தருணம் அல்லவா. ஏன் கவலையாக இருக்கிறீர்கள்?”

“அதிசயம் என்ற வார்த்தைதான் என்னை அச்சமுற வைக்கிறது.”

“ஏன் அச்சப்பட வேண்டும்? மனிதன் பறக்கப்போகிறான் என்ற செய்தி எவ்வளவு மகிழ்ச்சிகரமானது.”

“ஆம் மகிழ்ச்சிதான். ஆனால், பறப்பதனால் மனிதனுக்குப் பின்னால் ஏற்படப்போகும் விளைவுகளை யோசித்துப்பார்த்தாயா?”

“பறப்பதால் என்ன விளைவுகள் நேரப்போகிறது. சும்மா எதையும் யோசித்துக்கொண்டிருக்காமல் பேசாமல் படுத்து தூங்குங்கள்.”

“பறத்தல்தான் தன்னிலிருந்து விடுபட நினைக்கும் ஒவ்வொரு மனிதனின் ஆசையாக இருக்கிறது. அந்த விடுபடலில் இருக்கும் சுதந்திரம் என்பது, விடுபடலிலிருந்து தாண்டுவது என்பதைவிட மனிதனின் யோசிக்க முடியாத பக்கங்களை வெளிப்படுத்துபவையாகவே இருக்கும்.”

“யோசிக்க முடியாத பக்கங்களா?”

“ஆம் யோசிக்க முடியாத பக்கங்கள் என்பவை உன்னால் என்னால் தீர்மானிக்கப்படும் பக்கங்களைக்காட்டிலும் அதன் விரிந்து செல்லும் தூரம் கணக்கிட முடியாதவை. கணக்கீட்டின் அளவீட்டையெல்லாம் தாண்டி அது கரையேறிக்கொண்டிருக்கும். கணக்கீட்டின் அளவில் வராதவை எதுவுமே தனக்குரிய நிலையில் இருப்பதில்லை. அவை நகர்ந்துகொண்டே இருக்கும். அதனை நாம் முடிவிலி என்கிறோம். முடிவிலியின் சாத்தியங்களை நினைத்துப்பார்த்தாயானல் அது காலைச் சூரியனில் சன்னலில் பறக்கும் தூசிக்கும் ஆகாயத்துக்கும் ஆன தொலைவைப் போன்றது.”

“ஏன் அதன் அளவை நம்மால் புரிந்துகொள்ள முடியாதா?”

“முடியும். அதன் தொடக்கத்தை உணர்ந்தவனால் மட்டுமே அதன் முடிவையும் ஊகிக்க முடியும்.”

"அப்படியெனில் நாம் செய்த காரியங்கள் தொடக்கம் இல்லாதது என்கிறீர்களா?"

"தொடக்கம் இருந்தது என்பது உண்மைதான் ஆனால் முடிவை நாம் ஊகிக்கத் தவறிவிட்டோம் என்பதுதான் நாம் செய்த தவறு."

"நீங்கள் என்னதான் சொல்லவருகிறீர்கள்?"

"சொல்லவருவதெல்லாம் நாம் நினைத்தவற்றின் செயலாவதில்லை என்ற உண்மையை அறிந்த பின் நான் சொல்ல என்ன இருக்கிறது. நடப்பது நடக்கட்டும். குட் நைட்", என்று சொல்லிவிட்டுத் தூங்க ஆரம்பித்தார். வானில் நட்சத்திரம் ஒன்று மறைந்தது.

பலூனின் வடிவங்களும் அது தொடர்பாக இருவருக்கு இடையில் நடைபெற்ற உரையாடலும்

"பலூன்களின் வடிவத்தைத் தீர்மானிப்பது மனித மூளைதான்" என்றான் அவன்.

"மனித மூளை அதன் வடிவத்தைத் தீர்மானித்தாலும் அதைத் தனக்குள் இருத்திக்கொள்ள முடிவு செய்வது பலூன்தான். தான் ஏற்றுக்கொள்ள முடியாத வடிவத்தை எவ்வளவு சீக்கிரம் உடைத்துக்கொள்ள முடியுமோ அவ்வளவு சீக்கிரத்தில் அது தன்னை உடைத்துக்கொள்ளும்."

"உடைத்துக்கொள்ளுவது பலூனின் தன்மையல்ல. அதையும் தீர்மானிப்பது மனித மூளைதான். பலூன் பக்குவமாகிவருகின்ற வடிவத்தையும், அதில் நிரப்ப வேண்டிய காற்றின் அளவையும் தீர்மானிக்கும் மனிதன்தான் அதன் உடையும் நிலைக்கும் காரணமாகிறான். ஒவ்வொரு பலூனின் உடைவிற்குப் பின்னாலும் ஒரு மனிதனின் கோபமும் அவசரமும் ஆற்ற முடியாத வேதனையும் சுற்றிவருகிறது."

"நீ சொல்லும் காரணம் உருவாகின்ற பலூன்களுக்கே ஆனால் நான் சொல்வது தன்னை உருவாக்கவிடாமலே செல்லும் பலூன்களைப் பற்றியது."

"உருவாகாமல் செல்லும் பலூன்களைத் தீர்மானிப்பதெல்லாம் மனிதனின் கவனக்கோருதலுக்கான நேரம் மட்டுமே."

“மனிதனின் கவனங்கள் இருக்கும்பட்சத்திலும் ஒரு பலூனால் தன்னை உடைத்துக்கொள்ள முடியும்.”

“அது எப்படி சாத்தியம் ஆகும்? பலூன் மனிதனின் கவனத்தைக் கோரும்பட்சத்தில் அதன் அழகை ரசிப்பதுதான் மனிதனின் விதி...”

“ரசிப்பது என்பது உண்மையில் ரசனை சார்ந்தது மட்டுமல்ல. அதன் எதிர்நிலையான வெறுப்பும்தான். அந்த வெறுப்புநிலையைப் பயன்படுத்திக்கொள்வதுதான் பலூன்களின் தந்திரம்.”

“கவனநிலையில் ஒரு பலூன் எப்படி உடைய முடியும்?”

“குழந்தைகள் ரசித்து விளையாடும் பலூனை ரசித்துக் கொண்டிருக்கும் ஒருவன், அதன் ரசனையைத் தாங்கிக்கொள்ளாமல் எதிர்நிலையான வெறுப்பு நிலைக்குச் செல்வதும், உடனே தன் கையிலிருக்கும் ஒன்றால் அந்தப் பலூனை உடைத்துவிட்டு அழும் குழந்தையை ரசிப்பது என்பதும் எவ்வளவு கொடூரம். அதை நிறைவேற்றுவதுதான் பலூன்களின் வெற்றி.”

“நீ சொல்லும் விளக்கம் உலகத்தில் உள்ள எல்லாப் பொருட்களுக்கும் பொருந்துமே.”

“நான் சொல்வது எல்லாப் பொருட்களுக்கும் பொருந்தும். ஆனால் அதில் எல்லாம் எடையில் மிக மிக லேசானதும், உடைந்தால் எந்தவித வடிவங்களுக்கும் உட்படாத பலூனை உடைப்பதென்பது மனிதனின் மிகவும் தந்திரமான செயல். ஏன் என்று தெரியுமா?”

“தெரியாது. ஏன்?”

“ஏனென்றால் உலகத்தில் மிகவும் விலை குறைவானது பலூன்தான். அதன் *economic safe* என்பதையும் சேர்த்துதான் நாம் புரிந்துகொள்ள வேண்டும்.”

பலூனின் வண்ணங்களும் குழந்தைகளும்

சைக்கிளின் கேரியரில் முன் உட்கார்ந்துக்கொண்டு வண்ணப் பலூன்கள் எல்லாம் தமக்குள் பேசிச் சிரித்துக்கொண்டே வந்தன. சைக்கிளைச் சுற்றி குழந்தைகள் நின்றுகொண்டிருக்க பலூன்கள் எல்லாம் அவர்களைப் பார்த்துச் சிரித்தன... சிரிப்பின் ரகசியத்தைப் புரிந்துகொண்ட குழந்தைகள் பலூனுக்குப் பதிலுக்குச் சிரித்தார்கள். குழந்தைகள் கேட்ட எல்லா வண்ணங்களிலும்

பலூன்கள் அங்கு மிதந்துகொண்டிருந்தன. குழந்தைகள் ஒவ்வொருவரும் தங்களுக்கான வண்ணத்துடன் நகர்ந்துவிட ஒரு குழந்தை மட்டும் அங்கிருந்து நகராமல் இருந்தது. பலூன் விற்பவர் அந்தக் குழந்தையிடம் "என்ன வேண்டும்?" என்று கேட்க, அதற்கு அந்தக் குழந்தை வண்ணமில்லாத பலூன் வேண்டும் என்று அடம்பிடித்தது. ஒரு நிமிடம் குழம்பிய பலூன் வியாபாரி தெளிவடைந்தவனாக வெள்ளை பலூனை எடுத்துக்கொடுக்க, அதற்குக் குழந்தை இந்த வண்ணம்தான் எல்லா பலூனுக்குமான வண்ணங்களைக் கொடுக்கிறது என்று சொல்லி அதைத் திருப்பிக்கொடுத்துவிட்டு சோகமாக நின்றது. அவன் மீண்டும் புரிந்துகொண்டவனாக குழந்தைக்குக் கறுப்பு பலூனை கொடுக்க, இந்த வண்ணம்தான் எல்லாப் பலூன்களுக்குமான வண்ணங்களை உள்ளே வைத்திருக்கிறது என்று சொல்லிவிட்டு அழ ஆரம்பித்தது. குழந்தையைச் சமாதானப்படுத்த வழி தெரியாமல் சைக்கிளிலிருந்த பலூன்களை அவன் கழட்டிக் கொடுக்க அந்தக் குழந்தை வேண்டாம் எனக் கத்தி அழ ஆரம்பித்தது. பலூன் வியாபாரி என்ன செய்வதெனப் புரியாமல் குழந்தையைப் பார்த்துக்கொண்டே இருந்தான். குழந்தையின் அழுகை நிமிடத்திற்கு நிமிடம் கூடிக்கொண்டே இருந்தது. அதன் அழுகையில் இருந்த சோகம் தாங்க முடியாததாக இருந்ததைப் பார்த்துக்கொண்டிருந்த மீதமிருந்த பலூன்களுக்கோ அந்தக் குழந்தையை எவ்வாறு தாங்கள் சமாதானப்படுத்துவது எனத் தெரியாமல் அவையும் சோகம் தாங்காமல் ஒன்றுடன் ஒன்றுத் தங்களுக்குள் முட்டிச் சோகமாக அழ ஆரம்பித்தன. ஒவ்வொருப் பலூனாக உடைய ஆரம்பித்தது. கடைசிப் பலூனும் உடைந்து நிற்க, குழந்தை அழுகையை நிப்பாட்டிப் பலூன் வியாபாரியைப் பார்த்துச் சிரித்தது. தன் கையில் இருந்த காசை வியாபாரியிடம் கொடுத்துவிட்டு பலூன் கட்டித் தொங்கவிடப்பட்டிருந்த ஒரு ரப்பரை மட்டும் எடுத்துக்கொண்டுச் சந்தோசமாகத் தலைக்கு மேல் ஆட்டிக்கொண்டே அங்கிருந்து ஓட ஆரம்பித்தது. தெரு முழுவதையும் சுற்றி வந்து எதிர்ப்படுபவர்களிடமெல்லாம் தன்னுடைய நிறமில்லாப் பலூனைக்காட்டிச் சிரித்தது. தன் வீட்டு வாசலில் வந்து நின்ற குழந்தை யாரும் பார்த்துவிடாதவண்ணம், தன் வீட்டின் சன்னல் கம்பியில் கட்டிவிட்டுச் சென்றது. வீட்டுக்குள் சென்று தண்ணீர் குடித்துவிட்டு வெளியே வந்துப் பார்க்க, பலூன் இருந்ததற்கான எந்த அடையாளமுமில்லை. எங்குத் தேடியும் காணாமல் வானத்தைப் பார்த்த அந்தக் குழந்தை

சிரித்துக்கொண்டே, தன் பலூன் காற்றில் பறந்துபோகுது என்றுக் கத்தியபடி ஒவ்வொரு தெருவாகப் பலூனைத் தூரத்திக்கொண்டே ஓடியது.

காற்றை யோசித்த பலூன் வியாபாரி

தன் வீட்டுக்குள் பாய் விரித்து சுவருக்கும் முதுகுக்கும் முக்கோணமாகத் தலையணையைச் சாய்த்து வைத்துவிட்டு அவர் பேசிக்கொண்டே இருந்தார். மனிதன் என்பவன் காற்றைச் சுமந்துகொண்டிருக்கும் பலூன். காற்று நிரப்பப்படும்போது குதூகலமாக அலைந்து பரவும் அவன் காற்று இல்லாதபோது கண்டுகொள்ளப்படாமலே போகும் உடைந்த ஒரு ரப்பர் மட்டும் என்றார். அந்த உடைந்து போன ரப்பரிலும் புது காற்றை நிரப்பும் வித்தையைக் குழந்தைகள் மட்டுமே கற்றுக்கொள்கிறார்கள். பெரியவர்களாகிய நாம் சில நேரங்களில் கற்றுக்கொண்டாலும் பல நேரங்களில் கற்றுக்கொள்ளாமலே உலகத்தை விட்டும் சென்று விடுகிறோம் என்று பேசிக்கொண்டே இருக்க, வீட்டின் ஓரத்தில் சாக்கு நிறைய விதவிதமான வடிவங்களிலும் வண்ணங்களிலும் பலூன்கள் குவிக்கப்பட்டிருந்தன.

பலூன் மனிதர்கள்

வானத்தில் ஒரு மாபெரும் ராட்சதப் பலூன் பறந்துகொண்டிருந்தது. அவன் பார்வையில் பலூனைவிட அதைத் தாங்கி நிற்கும் கயிறு மட்டும்தான் தெரிந்தது. எவ்வளவு தூரத்திலிருந்து நின்று பார்த்தாலும் கயிறு மட்டும் அவன் பார்வையிலிருந்து நகர மறுக்காமல் வந்துகொண்டே இருந்தது. கயிறுகள் மட்டும் இல்லையென்றால் இந்த வாழ்க்கையின் அர்த்தம்தான் என்ன என்று தனக்குள் கேட்டுக்கொண்டே அங்கிருந்து நகர்ந்தான்.

வானத்தில் ஒரு மாபெரும் ராட்சதப் பலூன் பறந்துகொண்டிருந்தது. அவன் பார்வையில் கயிற்றைவிட அந்தப் பலூன் மட்டுமே தெரிந்தது. எவ்வளவு தூரம் நகர்ந்து நின்றுப் பார்த்தாலும் பலூனை மட்டும் தவிர்க்க முடியவில்லை. பலூன் மட்டும் அந்தக் கயிற்றிலிருந்து அறுபட்டால் எவ்வளவு நன்றாக இருக்கும் என்று தனக்குள் கூறிக்கொண்டே அங்கிருந்து நகர்ந்தான்.

வானத்தில் ஒரு மாபெரும் ராட்சதப் பலூன் பறந்துகொண்டிருந்தது. அவன் பார்வையில் அந்தக் கயிறு மற்றும் பலூனைவிட

பலூனுக்குள் இருக்கும் காற்றைப் பார்த்துவிட வேண்டுமென்று விரும்பினான். எல்லாத் திசைகளிலும் சுற்றி பலூனைப் பார்த்தவனுக்கு காற்று மட்டும் கண்ணில் அகப்படவே இல்லை. காற்றாக வாழ்வென்பது கடைசிவரைக்கும் யாருக்கும் அகப்படாமல் வாழ்வது என்று தனக்குள் கூறிக்கொண்டு அங்கிருந்து நகர்ந்தான்.

பலூன்களின் சுய அறிக்கை

பலூனாக வாழ்வதென்பது வானத்திற்கும் பூமிக்கும் இடையில் பறப்பது என்பதைக் காட்டிலும் சுயத்திற்கும் தப்பித்தலைவதற்குமான எல்லைகளைத் தேடி அலைவது. எல்லைகளைப் பெரும்பாலும் அடைவதில்லை என்பதே எங்கள் துரதிர்ஷ்டம். அதிர்ஷ்டம் என்ற வார்த்தையின் எல்லா எதிர் நிலைகளும் எங்களைச் சுற்றிக்கொண்டாலும் அதைப் பற்றி யோசிப்பதில்லை. வாழ்வென்பது எவ்வளவு நேரம் என்று கணக்கிட முடியாதவர்கள் நாங்கள். உருவாக்கும் இடத்திலும், உருவாகிய இடத்திலும், உருவாகி உலவிய இடத்திலும் என எல்லா நேரங்களிலும் முடிவு எங்களைத் துரத்திக்கொண்டே இருக்கும். பெரும்பாலும் கையில் கத்தியோ, துப்பாக்கியோ வைத்துக்கொண்டு அலையும் மனிதர்களின் மனநிலையை ஒத்ததுதான் எங்களது பயணம். அவர்களோ தாங்கள் செய்த தவறுகளினால் அப்படி அலைபவர்கள். நாங்களோ அதைக் கனவில்கூட நினைத்துப்பார்க்காதவர்கள். காற்றை மீறுவதுதான் மனிதனின் மிகப்பெரிய போராட்டமாக விண்வெளி எங்கும் சிதறிக்கிடக்கிறது. மனிதனின் வாழ்வென்பது அவனுடைய கண்டுபிடிப்புகள் வசதிகள் எனபதைக் காட்டிலும் காற்று உள்ளே செல்வதற்கும் வெளியேறுவதற்கும் இடைப்பட்ட இடைவெளி என்பதை நன்கு உணர்ந்தவர்கள் நாங்கள். காற்றைப் பிடிக்கவும் காற்றை எதிர்க்கவும் அவன் செய்யும் முயற்சிகள் எல்லாம் யானையை நூலால் கட்டி இழுப்பதைப்போன்றது. ஆனால் அந்தக் காற்றை எளிதாக எங்களால் நிறுத்திக்கொள்ள முடியும் என்பதே நாங்கள் இந்தப் பூமியில் உருவாகியதற்கான காரணமாகப் பார்க்கிறோம். சிறிய ஊசி அளவு இடம் கிடைத்தாலும், எந்த வித சலனமும் இல்லாமல் நுழைந்து செல்லும் காற்றையும், அந்தக் காற்றை நாங்கள் பிடித்து வைப்பதற்கும், அது எங்களுடன் பிரிந்து செல்வதற்கும் இடையில் உள்ள

போராட்டம்தான் எங்கள் செயல். உடலாலும் மனதாலும் எடையற்று இருப்பவரே யோகி. அப்படியானால் நாங்கள் யோகிகள்தானா? உருவம்தான் ஒருவனின் அடையாளம் என்ற இலக்கணத்திற்கேற்ப எங்களை விதவிதமான உருவங்களுக்கு உட்படுத்தி பரிசோதித்த அத்தனை மனிதர்களுக்கும் என் பணிவான வணக்கங்களைத் தெரிவித்துக்கொள்கிறேன். தனிமையில் பயணித்த என்னுடன் முதல்முறையாகத் துணைக்கு வந்த ஆடு, சேவல், வாத்து மூன்றையும் இந்நொடியில் நினைத்துப் பார்த்துக்கொள்கிறேன். சோதனை எலியாக என்னுடன் பயணித்த அந்த முதல் மனிதனையும் நான் மதிக்கிறேன். முதலில் பறந்த மனிதன் என்ற வரலாற்றுக்குச் சொந்தக்காரனான அவனே வரலாற்றின் முதல் விபத்துக்கும் சொந்தக்காரன் ஆனான் என்பதுதான் முரண். நான்கு நிமிடத்துக்குள் பலூனின் அடிப்படை வேதியலையும், இயற்பியலையும் எனக்குக் கற்பித்த முதல் ஆசான் அவன். நிறங்களின் பிளவுகளையும் அவை உண்டாக்கும் கூட்டு இயல்புகளையும் எனக்கு விரிவாக எடுத்துரைத்தவன். வெறும் பட்டுகளாலும் சணல்களாலும் வடிவமைக்கப்பட்ட என்னை மாற்றுப்பொருட்கள் மூலம் எல்லோருக்கும் இடையில் சேர்த்த மைக்கேல் பாரடேவுக்கும் நன்றி. எத்தனை வடிவங்களிலும் நிறங்களிலும் எங்களை வடிவமைத்தாலும் பலூன் என்ற வார்த்தையில் சந்தோசம் கொள்ளாத மனிதர்கள்தான் யார்!!!. பலூன் வெறும் வார்த்தையாக நின்றுவிடுவதில்லை என்பதே நான் இந்த 300 ஆண்டுகளில் கற்றுக்கொண்ட மிகப்பெரிய பாடம்.

– கல்குதிரை, இதழ் 30

■ ■ ■

The Scale

காற்று பலமாக வீசிக்கொண்டிருந்தது. காற்றுக்கு எதிர்திசையில் நடந்து வந்துகொண்டிருந்தான் அவன். காற்றின் வலப்புற நகர்வுக்கு இடப்புறமாகவும், இடப்புற நகர்வுக்கு வலப்புறமாகவும் சாய்ந்தான். வாழ்வில் ஒரு முறையேனும் அந்த மனிதனைச் சந்தித்துவிடவேண்டும் என்ற ஆசை மட்டுமே அவனுக்குள் இருந்தது. அவன் எப்படி இருப்பான் எங்கு இருப்பான் என்ற எதுவும் அவனுக்குத் தேவையில்லை. அவன் இருக்கும் இடத்தில் சென்று சேர்ந்தால் போதும். காற்று நிசப்தமானது, சூரியன் மெதுவாக வெளிவர ஆரம்பித்தது. தூரத்தில் மரம் ஒன்று வெயிலை உள் வாங்கமுடியாமலும் நிழலை வெளியே தள்ளிவிடமுடியாமலும் முழித்துக்கொண்டிருப்பதுபோல் இருந்தது. மரத்திலிருந்து ஒரு பறவை கா...கா... என்று கரைந்தது. அவன் மரத்தின் அருகே செல்லச் செல்ல அதன் குரல் மட்டும் கூடிக்கொண்டே வர, அதனைப் பார்த்துவிட வேண்டும் என்ற ஆவல் கூடியது. மரத்தின் அருகில் வந்தான். மரத்தைச் சுற்றி கள்ளிச்செடிகள் அரண்போல் மூடியிருந்தது. மரத்தின் நிழல் துளியளவு கூட தரையில் விழவில்லை என ஆச்சரியம் அடைந்தவனாக மரத்தை அண்ணாந்து பார்த்தான். அது வானத்தில் சென்று முட்டுவதுபோல் இருந்தது அவனுக்கு. மரத்தில் இருந்தப் பறவை இவனையே உற்றுப்பார்த்துக்கொண்டிருந்தது. காகத்தின் அத்தனை உருவத்தையும் குரலையும் ஒத்திருந்தாலும், உடல் மட்டும் பாலில் முக்கியெடுத்ததுபோல் வெண்மை நிறத்தைக்கொண்டிருந்தது. அதன் குரலிலிருந்து கா... கா.. என்ற சத்தம் மட்டும் நிற்காமல் வந்துகொண்டே இருக்க, அந்தப் பறவை மரத்திலிருந்து பறக்க ஆரம்பித்தது. அவன் காலடியில் ஏதோ கருப்பு உருவம் மேலே விழுவதுபோல் இருக்க, சற்றுப் பயந்தவனாக மரத்தை விட்டு இரண்டடி

நகர்ந்தான். பின்புதான் புரிந்தது அது மரத்தின் நிழல். மீண்டும் பறவை மரத்தில் வந்து அமர நிழல் மறைந்துகொண்டது. பறவை பறத்தலையும் திரும்பி வருதலையும் வைத்தகண் வாங்காமல் ஆச்சரியத்துடன் பார்த்துக்கொண்டிருந்தான். வானம் மெதுவாக சிவப்பாக மாற ஆரம்பித்து முழு இருளையும் நிரப்பிக்கொண்டது. ஆனால் பறவை மட்டும் இருளில் உரசப்பட்ட தீக்குச்சிபோல் தன்னுடைய வெண்மையால் அவ்விடத்தை ஒளிரச்செய்தது. பறவையின் கண்ணைப் பார்த்த அவனுக்குப் பறவை அவனுடன் ஏதோ பேச முயற்சிப்பதுபோல் இருக்க,

"பறவையே நீ யார்?" என்றான்.

"நான் ஒரு பறவை."

"அது எனக்கு தெரியும். உன் பெயர் என்ன?"

"பறவை" என்றது மீண்டும்.

கோபமடைந்தவனாக "உனக்கு பெயர் இல்லையா?" என்றான்.

"பெயர் வேண்டுமானால் வைத்துக்கொள் உன் இஷ்டம்போல்" என்றது.

"நான் வைத்துக்கொள்கிறேன். அதற்கு முன் ஒரு கேள்வி."

"என்ன?" என்றது பறவை.

"இன்று இந்த மரத்தடியில் நான் தங்கிக்கொள்ளலாமா?"

"தங்கிக்கொள்ளுங்கள் ஆனால் நீங்கள் தங்கிக்கொள்வதற்கு சரியான காரணம் இல்லாதபட்சத்தில் இந்த மரம் உங்களை அதற்குள் புதைத்துக்கொள்ளும் என்பதைத் தெரிவிப்பது என் கடமை. மேலும் இந்த மரத்தைச் சுற்றி நிற்கும் எல்லாக் கள்ளிச்செடிகளும் சரியான காரணம் சொல்லாத மனிதர்கள் என்பதை நினைவில் நிறுத்திக்கொள்ளுங்கள்.

"அதைப்பற்றி கவலை இல்லை எனக்கு."

"உங்கள் காரணத்தை இந்த மரத்திடம் சொல்லுங்கள். அது சரி என்கிறபட்சத்தில் தன் நிழலை உங்களுக்குத் தரும். இல்லையெனும் பட்சத்தில் உங்களுக்குக் கீழேயுள்ள கள்ளிச்செடியை ஒரு முறை பார்த்துக்கொள்ளுங்கள்", என்று சொல்லிமுடித்ததும் பறவை ஒருகாலைத் தூக்கித் தான் உட்கார்ந்திருக்கும் கிளையை மெதுவாக அதிரவைத்தது. மரம் அசையத் தொடங்கியபடி,

கேள்வி 1: "எங்கே செல்கிறாய்?"

பதில்: "ஒரு மனிதனைப் பார்க்க."

கேள்வி 2: "மனிதர்களை நீ பார்த்ததே இல்லையா?"

பதில்: "மனிதர்களைப் பார்த்திருக்கிறேன். ஆனால் அவன் வித்தியாசமானவன்."

கேள்வி 3: வித்தியாசமானவன் என்றால்?"

பதில்: "அவன் ஆசைகளுக்கான அளவுகோல் ஒன்றைக் கண்டுபிடித்துள்ளான்."

கேள்வி 4: "அந்த அளவுகோலினை வைத்துக்கொண்டு நீ என்ன செய்யப்போகிறாய்?"

பதில்: "ஆசைகளை அளவு எடுக்கப்போகிறேன்."

கேள்வி 5: "ஆசைகளை அளவெடுத்து?"

பதில்: "அளவெடுத்து எனக்குத் தெரிந்த மனிதனின் கேள்விக்குப் பதிலைக் கண்டுபிடிக்கவேண்டும்."

கேள்வி 6: "ஏன் அவர்களின் கேள்விகளுக்கு நீ பதில் தேடி அலைகிறாய்?"

பதில்: "அவர்களுக்காக மட்டும் அல்ல, எனக்கு இருக்கும் கேள்விகளுக்காவும் நான் அந்த மனிதனைச் சந்திக்கவேண்டும்."

கேள்வி 7: "அந்த அளவுகோலைக் கண்டுபிடித்துவிட்டு நீ பணம் சம்பாதிக்கமாட்டாயே?"

பதில்: "நிச்சயமாக இல்லை."

என்று சொன்னதும் அவன் கண்களில் இருந்த ஒளியைப்பார்த்த மரம் மெதுவாக நிழலை அவனுக்குக் கொடுத்தது. நிழல் அவனைச் சூழ்ந்துகொள்ள, பறவை மரத்திலிருந்து பழத்தைப் பறித்துத் தூக்கிப்போட்டது. ஒரு பக்கம் மாம்பழத்தின் தோலையும் மறுபக்கம் ஆரஞ்சு பழத்தின் தோலையும் தன் கவசமாகப் போர்த்தியிருந்தது அந்தப் பழம். ஒரு பக்கம் புளிப்பும் மறுபக்கம் இனிப்பும் என மாறி மாறிச் சுவைத்தவன் அதைச் சாப்பிட்டு முடித்ததும் தூங்க ஆரம்பித்தான். மரம் தன் வேர்களை அவனுக்கு மெத்தையாகவும் அடிமரத்தைத் தலையணையாகவும் கொடுத்தது.

காலை தூங்கி எழுந்தவனைச் சுற்றிப் புல்வெளியும், தூரத்தில் அதன் புல்லை மாடுகளும் மேய்ந்துகொண்டிருந்தன. மெதுவாக எழுந்து மாடுகளையே பார்க்கத்தொடங்கினான். மாடுகள் பெரும்பாலும் ஒற்றைக்கொம்புடன் மட்டுமே இருந்தன. ஒற்றைக்கொம்பின் முனையில் மேலும் இரண்டு கொம்புகள் கிளைபிரிந்திருந்தது. அவ்விரட்டைக் கொம்புகளின் இடைவெளியில் நீல நிற வானமும் அந்த வானத்தினை உட்பொருட்களாக வைத்து பலவித வடிவங்கள் இருப்பதாகத் தோன்றியவனுக்குப் பசி எடுக்க ஆரம்பித்தது. தூரத்தில் ஏதேனும் வீடு தெரிகிறதா எனப் பார்த்தவனுக்கு கண்ணுக்கெட்டும் தூரம் வரை பசும்புல்வெளி மட்டுமே தெரிந்தது. புல்வெளி ஓடும் இடத்தில் ஏதோ வளைந்து செல்வதாகத் தெரிய, அவன் கூர்ந்து பார்த்தான். அது ஆறு என்பது தெரிந்ததும் உற்சாகம் கொண்டவனாக ஓடத் தொடங்கினான். கீழே குனிந்து தண்ணீரை கையில் அள்ளத்தொடங்கிய உடன் தான் புரிந்தது அந்த ஆறு அதன் திசைக்கு நேர்திசையில் ஓடுகிறது என்பதும், எதிர்திசையில் ஓடி மலை மீதேறி மறைந்துவிடுகிறது என்பதும். அந்த அதிசயத்தைப் பார்த்துக்கொண்டே இருந்தவன் ஒரு நிமிடம் குனிந்து கையில் இருந்த நீரைப்பார்த்தான். சொட்டு நீர் கூட கீழே சிந்தாமல் அவன் கையில் குளம்போல் பெருகியிருந்தது. மெதுவாகத் தண்ணீரைக் குடிக்கத்தொடங்க அது அவனின் பல்லில் பட்டு, நாக்கின் வழி தவழ்ந்து தொண்டையை நனைத்து, மூச்சுக்குழாயின் வழி மெதுவாக இறங்கி அவன் குடலில் சென்று சேர்ந்தது. மூச்சுக்காற்று மெதுவாக குடலிலிருந்து வெளியேறியது. குடித்ததுபோகக் கையில் இருந்த நீரைச் சிதறினான். ஆனால் அந்த நீர்த்துளிகள் கையிலிருந்து நழுவாமல் காலைப்பனியில் புல்மேல் இருக்கும் நீர்மொட்டுபோல் இருந்தது. என்ன செய்வதென்று தெரியாமல் முழித்துக்கொண்டிருந்தவனுக்கு சற்றுமுன் எடுத்த பசி முழுவதும் அடங்கியிருப்பது புரிந்தது. ஒரு கை நீர் எப்படி மனிதனின் முழுப் பசியைப் போக்கியிருக்கமுடியும் என்று யோசித்துக்கொண்டிருக்கும்போதே மிதவை வந்து நின்றது. மிதவை தேக்குமரத்தை வைத்து எட்டுக்கு நாலு என்ற அளவில் உருவாக்கப்பட்டிருந்தது. அவன் காலை வந்து இடித்து உள்ளே அழைப்பதுபோல் இருக்க அதில் ஏறிக்கொண்டான். மிதவை மெதுவாக மேலேறும் ஆற்றுக்கு எதிர்திசையில் சென்றுகொண்டிருக்க, ஆற்றின் கரையில் நின்று புலிகளும் அதன் அருகிலே மான்களும் நீர் அருந்திக்கொண்டிருந்தன. எதிர்கரையில் பாம்புகளும் கீரிகளும் விளையாடிக்கொண்டிருந்தன. அவனுக்கு

அங்கு நடப்பது என்ன என்று புரிவதற்குள்ளே மிதவை ஒரு குடிசையின் முன்னால் வந்து நின்றது. மிதவையிலிருந்து இறங்கிச் சென்றவன் குடிசையின் முன்னால் நின்று, "அய்யா... அய்யா யாராவது இருக்கீங்களா?" என்று அழைத்தான். "உள்ளே வாருங்கள்", என்றது ஒரு அசரீரி. குடிசையின் படியில் காலை வைத்ததும் மாபெரும் அரண்மனையாக விரித்துகொண்டது அந்தக் குடிசை. ஒரு நிமிடம் திகைத்து நின்றவன் நடந்து உள்ளே சென்றான். அவன் எதிரில் மாபெரும் தர்பார் விரிந்திருக்க, தர்பாரின் எதிரே இருந்த மேடையில் ஒரு மனிதன் உட்கார்ந்திருந்தான். நடந்து அவனருகே சென்றான். அருகில் சென்றதும்தான் தெரிந்தது அவன் உட்கார்ந்திருக்கவில்லை அந்தரத்தில் மிதந்துகொண்டிருக்கிறான். மேலும் அருகில் சென்று கூர்ந்துபார்த்தபோதுதான் தெரிந்தது அது தன் பிம்பம் என்று. ஒரு நிமிடம் அதிர்ச்சி அடைந்தவனாக அந்த உருவத்தைப் பார்த்துக்கொண்டிருக்கும்போதே அவன் பின்னால் யாரோ நடந்துவரும் சத்தம் கேட்டது. திரும்பிப்பார்த்தான். கையில் ஒரு குச்சியுடனும், காலில் ஒரு தோல்செருப்புடனும் அவனை நோக்கி ஒருவர் வந்துகொண்டிருந்தார். தலை முழுவதும் நரைத்துத் தாடி மார்பளவிற்குக் கிடந்தது. கண்கள் மட்டும் இளமையுடன் இருக்க அவன் அருகில் வந்து "வணக்கம்" என்றார். பதிலுக்கு வணக்கம் சொன்னவன் என்ன பேசுவதென்று புரியாமல் அவரைப் பார்த்துக்கொண்டிருந்தான். அவரோ "ஏன் என்னை தேடி வந்தீர்கள்?", என்றார். ஒன்றும் புரியாமல் நான் எப்போது உங்களைத் தேடி வந்தேன். என்றான். "நீங்கள்தான் ஆசையின் அளவுகோலை உருவாக்கியவரைப் பார்க்கவேண்டும் என்றீர்களே." அப்போதுதான் அவனுக்குப் புரிந்தது தான் எங்கிருக்கிறோம் என்பதும் அவர் யார் என்பதும். உடனே மகிழ்ச்சியடைந்தவனாக அவர்காலில் விழுந்தான். மெதுவாக அவனைத் தூக்கிவிட்ட அவர்,

"சொல்லுங்கள் தாங்களுக்கு என்னிடம் என்ன வேண்டும்?", என்றார்.

"தங்களின் அளவுகோல் எனக்கு வேண்டும்", என்றான்

"அதைத்தான் நான் ஏற்கனவே கொடுத்துவிட்டேனே", என்றார்.

"எப்போது?"

"நீங்கள் எப்போது அந்தப் புல்வெளியில் கண்முழித்தீர்களோ அப்போதே", என்று சொன்ன அவரை அவன் புரியாமல் பார்த்துக்கொண்டிருந்தான்.

“அளவுகோலின் அத்தனை வடிவங்களையும் மாடுகளின் கொம்புகளிடையில்தான் இருந்தது. நீங்கள்தான் அதை எடுத்துக்கொள்ளவில்லை. மேலும் நீங்கள் பார்த்த ஆற்றிலும் இருந்தது” என்றார்.

“ஆற்றிலா?” என்றான்.

“ஆம். ஆறு என்பது மேலிருந்துதான் கீழே ஓட வேண்டும். அதுதான் நியதி”, என்று அவர் சொல்ல.

“நான் தேடியது அவற்றையல்ல, அது மரத்தால் செய்யப்பட்ட ஒரு பொருள்”, என்றான்.

உடனே கையிலிருந்தக் குச்சியை அவன் கையில்கொடுத்துவிட்டு “இதுவும் ஒரு மரத்திலிருந்ததுதான் என்றார்.” அவன் குச்சியைப் பார்த்துக்கொண்டே இருந்தான். அவர் அவனையேப் பார்த்துக் கொண்டிருந்து விட்டு எதுவும் பேசாமல் அங்கிருந்து நகர்ந்தார்.

தன்மேல் யாரோ குச்சியை வைத்து அடிப்பதுப்போல் இருக்க கண்முழித்துப்பார்த்தான். மரத்தின் மேலிருந்த பறவைதான் குச்சியை அவன் மேல் எறிந்திருந்தது. எல்லாம் புரிந்தவனாகக் குச்சியை எடுத்துக்கொண்டு அங்கிருந்து நடக்கத்தொடங்கினான். நடக்க நடக்க நடையின் வேகம் அதிகரித்துக்கொண்டிருக்க, தான் ஒரு நிமிடம் ஓடிக்கொண்டிருப்பதுபோல் தோன்றியது. எதிரில் வந்த மனிதர்களை எல்லாம் இடித்துக்கொண்டு ஓடினான். கால்கள் ஆற்றின் ஓரத்தில் நின்ற குடிசையின் வாசலில் சென்று நின்றது. குடிசையின் வாசல் முழுவதும் மனிதர்கள் நிரம்பி இருந்தார்கள். வாசல் முழுவதும் இருள் சூழ்ந்து நிற்க, அவன் உள்ளே சென்று அந்த மனிதரின் முன்னால் சென்று நின்றான். நிலவிலிருந்து வந்த ஒளி திறந்திருந்த சாளரம் வழியாக அவர் முதுகில் படும்படி அந்த மனிதர் உட்கார்ந்திருந்தார். குச்சியைக் காலடியில் வைத்துவிட்டு அவரையே சிறிது நேரம் பார்த்துக்கொண்டிருந்தான், பின் கண்ணீர் வடித்தபடியே அவர் காலடியில் விழுந்து தேம்ப ஆரம்பித்தான். அவர் அவனைப் பார்த்துப் புன்னகைத்தார். அவர் மடியின்மேல் தாமரை மலரொன்று மலர்ந்திருந்தது.

– சிறுபத்திரிக்கை இதழ், 2019

■ ■ ■

ரோல்ஸ் ராய்ஸூம் கண்ணகியும்

கேமராவின் வெளிச்சத்தில் சற்றுத் தடுமாறி நடந்தாள் சாரா வெலாஸ்கோ தார்ன்டன். ரோல்ஸ் ராய்ஸ் காரின் முன்னால் இருக்கும் நடனமங்கை உருவத்தின் மாடல்தான் அவள். கள்ளத்தொடர்புகள்தான் தன் புகழுக்குக் காரணம் என்று பலபேர் காதுபட பேசிய போதிலும், அது பற்றி எந்தக் கவலையும் தனக்கு இல்லை என்று கூறிக்கொண்டாள். ஆனால் உள்ளுக்குள் அவளறியாமல் கசப்புணர்வொன்று வளர்ந்துகொண்டே இருந்தது. கசப்பின் எச்சங்களை விழுங்கிய பிறகு சிறிது நேரத்தில் வரும் எச்சிலைப் போல்தான் இந்தப் புகழ் என்பதையும் அவள் ஞாபகத்தில் வைத்திருந்தாள். ஞாபகத்தின் அடுக்குகளைத் தாண்டி மனது ஏதோ ஒன்றைத் தேடுகிறது. அது என்னவென்று அவளால் கண்டுபிடிக்க முடியவில்லையென்றாலும், தான் இந்த நிலத்தில் இருக்கக்கூடாது என்பது மட்டும் சிமெண்டில் எழுதிய எழுத்தாய் மனதில் ஆழப்பதிந்திருந்தது. மனதுக்கு ஒவ்வாத விஷயங்கள் தன்னைச் சுற்றி நடப்பதை உணர்ந்தாள். ஏன் தனக்கு அப்படித் தோன்றுகிறது. இந்தப் புகழ் உண்மையில் நிரந்தரம்தானா? இல்லை தன் மேல் ஆசைகொண்டிருக்கும் மனிதன் நடத்தும் நாடகத்தின் ஒரு பகுதியா? புகழுக்கு முன்னால் மனது இவ்வளவுக் குழப்பம் அடையவில்லையே. ஏன் இப்பொழுது மட்டும் நொடிக்கு நொடி மனது சுற்றி விட்ட பம்பரம் போல் சுழற்கிறது. சுழலும் பம்பரத்தினைக் கைகளில் ஏந்தியவர்கள் அடுத்தவர் கைகளில் மாற்றிவிடுவதுபோல மாறி மாறி ஏன் என்னை அடுத்தவர்களுக்கு இவர்கள் எல்லோரும் தந்துகொண்டிருக்கிறார்கள் என பல குழப்பங்களில் மூழ்கியிருந்தாள் சாரா. “நிலங்கள்தான் மனிதர்களை மாற்றுகிறது”, என எங்கோ படித்த

வரிகள் அவள் மனதை சதா குடைந்துகொண்டிருக்க, தனக்கான நிலம் எதுவென்று யோசித்தாள். தன் புகழின் காரணமாகப் பலநாடுகளைச் சுற்றி வந்த போதிலும் இந்திய தேசம் மட்டும் ஏன் தன் கனவு தேசமாக மாறியது என்று யோசித்தாள். இந்தியாவிலிருந்து வரும் வெளிநாட்டுப் பயணிகள் எல்லோரும் முதலில் பேசிக்கொள்ளும் விஷயம் மன்னர்களின் நகைகளையும் அவர்களது ஆடம்பரங்களையும்தான். அவைகளைக் கேட்கும்போது ஏதோ சாகசக்கதைகளின் தொடர்ச்சியோ என்று தோன்றினாலும் அந்த நிலத்தில் ஏதோ ஒரு மாயம் இருக்கிறது என்பதை அவள் மனது நம்பத்தொடங்கியது. புகழின் உச்சியில் எவ்வளவு உயரத்தில் இருந்தாலும் தன்னுடைய மனதுக்கு அந்தப்புரத்தில் வசிக்கும் ராணிகளின் மேல் காதல் உண்டாவதை அவளால் தவிர்க்கமுடியவில்லை. அவர்களும் தன்னைப்போல் ஒரு மாடல் பொம்மைகள்தான் என்பதால் என்னவோ அவர்கள் மேல் தனக்குக் காதல் உண்டாகியிருக்கலாம் என்று அவள் யோசித்தாள். மகாராஜாக்களின் ஒவ்வொரு செய்தியும் அவளுக்கு வரலாறாக மாறிக்கொண்டே இருந்தது. அந்த நிலம் ஏனோ தன் கட்டுப்பாட்டை மீறி அவள் கனவுகளில் ஒரு அரண்மனையையும் அதனைச் சுற்றி ஒரு பெரிய தோட்டமும் அமைக்கவைத்தது. ஆனால் அவற்றை எல்லாம் தாண்டி ஏதோ குறையொன்று இருக்கிறது என்பதை மட்டும் அவள் திடமாக நம்பினாள். அது என்னவென்று யோசித்துப் பார்த்தும் அவளுக்குப் புரியாததால் கனவுகளில் தினம் ஒரு மாளிகையையும் (தங்கத்தால் செய்தது, மரத்தால் செய்தது, வைரங்களால் செய்தது) அம்மாளிகையைச் சுற்றி மாபெரும் பூந்தோட்டம் ஒன்றையும் வளர்த்தாள். ஆனால் அதிலும் ஒரு சிறு குறை உள்ளது என்பதை அவள் உள்மனது சொல்லிக்கொண்டே இருந்தது. ஒரு நாள் அவள் கனவில் மஞ்சள் கோடுகளும், மறுநாள் வெள்ளைகோடுகளும், அதற்கு அடுத்தநாள் பூனையின் உருவமும் கொண்ட விலங்கொன்று வந்தது. இவைகளை எல்லாம் கோர்த்து வரைவதற்கு ஒரு ஓவியனை அழைத்துவந்தாள். அவன் வரைந்த எல்லாவற்றிலும் தன் கனவு உருவம் தோன்றினாலும் அவளுக்கு ஏதோ மிச்சம் இருப்பதாய் தோன்றியது.

அன்று அவளின் வெற்றியைக் கொண்டாடுவதற்கு நடந்த நிகழ்ச்சியில் இசைத்துக்கொண்டிருந்த வயலினின் நரம்புவொன்று அறுந்து தெறித்து அவள் மடியின் மேல் விழுந்தது. அதனை

எடுத்துப் பார்த்தவளுக்கு எதோ ஞாபகப்பொறித் தட்ட அதனை ஓவியத்தின் முகத்தருகே சென்று வைத்துப்பார்த்தாள். தான் கனவில் கண்ட உருவத்தின் மொத்தமாய் அது நிற்பதைக் கண்டவளுக்குத் தலைச் சுற்றுவது போல் இருக்க, தன்னைச் சுற்றி உறுமல் சத்தம் மெலிதாகக் கேட்டது. அது என்னவென்று இப்போதுப் புரிந்துகொண்டாள். அந்த இரண்டெழுத்து உயிரி ஏன் தன்னை இவ்வளவு அலைக்கழிக்க வேண்டும். தன்னுடைய நாட்டில் உள்ள விலங்குப் பூங்காவில் பார்த்த ஒரு உயிரினம்தான் என்றாலும் ஏன் அது இந்திய மண்ணில் இருக்கும்போது அதற்கு வேறொரு பரிமாணம் ஏற்படுகிறது. நானும் அதுபோல் இந்த நாட்டில் கூண்டில் அடைக்கப்பட்ட உயிரினம்தானா? இந்தியாவில்தான் என்னுடைய கம்பீரம் உணரப்படுமா? ஆமாம் அதுதான் என் நிலம், ஆம் அதுதான், அதுவேதான் என்று தனக்குள் சொல்லிக்கொண்டவள் உடனே இந்த நிலத்தை விட்டுக் கிளம்பிவிட வேண்டும் என்று முடிவுசெய்தவளாய், உதவியாளரை அழைத்து "தான் இப்போதே இங்கிருந்துக் கிளம்பவேண்டும்" எனவும், "இந்தியாவிற்குக் கப்பல் ஏதேனும் செல்கிறதா?" என விசாரித்து வருமாறு கூறினாள்.

முதலாம் உலகப்போர் உச்சகட்டத்தில் இருந்த நேரம் அவள் கேள்விகளுக்கு எல்லாம் இல்லை என்பது மட்டுமே பதிலாக வந்துகொண்டே இருந்தது. ஆனால் ஒரு நாள் எதிர்பார்த்த அந்தச் செய்தி அவளுக்கு வந்தது.

கப்பல் பெயர் : எஸ்.எஸ்.பெர்சியா.

புறப்படும் தேதி : டிசம்பர் 26, 1915

புறப்படும் இடம் : மார்செய்ஸ் துறைமுகம்

கப்பல் மும்பையை நோக்கிப் பயணத்தைத் தொடங்குவதற்கு ஆயத்தமாகிக்கொண்டிருந்தது. கப்பலின் மேல்தளத்தில் நின்று தன்னுடன் வரும் பயணிகளைக் கவனித்துக்கொண்டிருந்தாள் சாரா. மனிதர்கள் எறும்புகள் போல் பெட்டிகளைத் தன் தலைகளில் ஏந்தி வர அவர்களுடன் கட்டளை இட்டவாறு ஒரு மனிதர் முன்னே வந்துகொண்டிருந்தார். அவரைப் பார்த்ததும் அவருடன் பேசவேண்டும் என்று ஏனோ அவளுக்குத் தோன்றியது. ஆட்கள் எல்லாம் பொருட்களை வைத்துவிட்டு வெளியேறியதும் அவரும் கப்பலின் முகப்பில் நின்று தன் கூட வந்தவர்களுக்குக் கை அசைக்க பெர்சியா அங்கிருந்து தன்னுடையப் பயணத்தைத் தொடங்கியது.

சாரா அவரருகே சென்றுத் தன்னை அறிமுகப்படுத்திகொண்டாள். அவரும் தன்னை இந்தர்சிங் என்றும், கபுர்தாலா மகாராஜா ஜெகத்ஜிங்கின் காரியதரிசி என்று அறிமுகப்படுத்திக்கொண்டார். இருவரும் தங்களைப் பற்றிய விபரங்களைப் பரிமாறிக்கொண்டு பெர்சியாவின் ஆதர்ச கதாநாயகன் கதாநாயகிகளாக வலம் வந்துகொண்டிருந்தார்கள். இந்தர் சிங்குக்கு சாராவின் அருகாமை மட்டுமே போதுமானதாக இருந்தது. ஆனால் சாரா இந்திய மகாராஜாக்களின் ஆடம்பரங்களையும், அந்தப்புரத்தின் விவரங்களையும் அவர்களின் அரண்மனை அமைப்புகளைப் பற்றியும் விடாமல் கேட்டுக்கொண்டே வந்தாள். தான் கனவில் கண்ட ஈரெழுத்து உயிரினைப் பற்றி நிமிட இடைவெளி கூட இல்லாமல் பேசிக்கொண்டே இருந்தாள். பெர்சியாவைத் தாக்குவதற்கான எல்லாப் பணிகளையும் ஜெர்மன் துவக்கி இருக்கிறது என்று அவள் காதுக்கு செய்தி வந்தாலும், இந்திய மண்ணைத் தொடும் அந்த நொடிதான் தன் வாழ்க்கைக்கான விடுதலை என்று உணர்ந்தாள். இதுவரைத் தான் கேட்டு வளர்ந்த நிலத்தின் ஆள் ஒருவன் தன் அருகில் இருப்பது ஏனோ தான் அந்த நிலத்தை அடைந்துவிட்டதாய் அவளுக்குத் தோன்றியது. முதல் மூன்று நாட்களும் அவர்கள் சாப்பிடும் நேரத்தைத் தவிர மீத நேரத்தையெல்லாம் கப்பலின் முகப்பில் நின்று சுற்றி நிறைந்திருக்கும் கடலைப் பார்த்தவாறு மட்டுமே இருந்தார்கள்.

டிசம்பர் 30 மதியம் 12.15 மணி தன்னுடையக் கப்பலின் மேல் யூ-38 ஜெர்மன் விமானம் ஒன்று பறந்துகொண்டிருந்தது. பெர்சியாவும் க்ரீட் துறைமுகத்தை நெருங்கிக்கொண்டிருக்க, அதன் முக்கியக் குறிக்கோள் சூயஸ் கால்வாயைக் கடப்பது மட்டும்தான். அதனைக் கடந்துவிட்டால் தனக்குத் துன்பமேதும் இல்லை என்று பெர்சியா கேப்டன் ஜான் லாட்விக் உணர்ந்திருந்தாலும் தன்னுடையத் தலைக்கு மேல் சுற்றிக்கொண்டிருக்கும் அந்த விமானத்தை என்ன செய்வது என்று புரியவில்லை. விமானத்தின் சத்தம் கேட்டு அனைவரும் பீதியில் உறைந்துகொண்டிருக்க, கேப்டன் ஒலிபெருக்கியில் நம்பிக்கை வார்த்தைகளை அள்ளி வீசிக்கொண்டிருந்தார். ஆனால் அந்த வார்த்தைகளெல்லாம் ஜெர்மன் கேப்டன் மேக்ஸ்லின் "ஃபயர்" என்ற ஒற்றை வார்த்தை முன்னால் செயலிழந்து நின்றது. மூன்று நாட்களும் ஆட்டம், பாட்டம், கொண்டாட்டம் என்ற மந்திரத்தின் முழு வீச்சாய் இருந்த பெர்சியாவுக்கு முதன்முதலாய் அதன் மேல் மிகப்பெரிய

உச்சகட்ட இசையாய் வந்து விழுந்தது முதல் தாக்குதல் மதியம் 1.30 மணிக்கு. கேப்டனின் வார்த்தைகள் பெர்சியாவை இரண்டாய் பிளந்துகொண்டிருக்க கப்பலின் பொருட்கள் எல்லாம் கடலுக்குத் தங்களை அர்ப்பணித்துக்கொண்டிருந்தன. அர்ப்பணிப்பின் உச்சமாக அது மக்களையும் தன்னுடன் அழைத்துக்கொண்டது. கப்பலின் முன்பக்கம் உடைந்து சிதற மக்கள் எல்லோரும் அலறி அடித்துக்கொண்டு ஒருவர் மீது ஒருவர் மோதிக் கடலுக்கு குதித்தார்கள். ஆனால் சாரா ஒன்றின் மேல் மட்டும் உறுதியாக இருந்தாள். தான் இந்திய நிலத்தை நிச்சயம் காண்பேன் என்றும், அதை எந்த விமானத்தாக்குதலாலும் தடுக்கமுடியாது என்றும் உறுதியாக நம்பினாள். இந்தர் சிங்கோ கண்முன்னால் மகாராஜாவின் பொருட்கள் எல்லாம் தண்ணீருக்குத் தாரைவார்த்துக்கொடுத்தக் குற்ற உணர்வு அரித்துக்கொண்டிருக்க சாராவும் இந்தர்சிங்கும் ஒருவரையொருவர் பார்த்தவாறுக் கப்பலில் தாங்கள் தினமும் ரசிக்கும் இடத்திற்கு வந்து நின்றுகொண்டார்கள். கப்பல் உடைந்து அதன் பாகங்கள் பலவாறாய் பிரிந்து விலகிச்செல்ல அவர்களும் விலகிப் பிரிந்து சென்றார்கள். இந்தர் சிங் கீழே விழுந்து மிதந்துகொண்டிருந்த மரத்தினைப் பிடித்துக்கொண்டுத் தொங்கிக்கொண்டிருக்க, சாரா இந்தர் சிங்கினைப் பார்த்துக்கொண்டே கடலில் குதித்தாள். தன்னுடைய இறுதி மூச்சு நிச்சயம் இங்கு முடிந்துவிடாது என்று நீரின் ஆழம் செல்லும் வரை அவள் நம்பிக்கொண்டிருந்தாள். ஆனால் அவளின் நம்பிக்கை ஒவ்வொன்றும் கடல்நீர் வாய் வழியும் மூக்கின் வழியும் உள்ளே செல்லச் செல்ல குறைந்துகொண்டே வந்தது. இதற்குமேல் தன்னால் எதுவும் செய்யமுடியாது என்று உணர்ந்தவளாக தன் கைகள் இரண்டையும் விரித்துக் கடலுக்குத் தன்னை ஒப்புக்கொடுத்தாள். தான் மேலிருந்து பார்த்த நீலக்கடல் கீழே செல்லச் செல்ல பச்சை நிறமாவது ஆச்சரியமாக இருந்தது. பச்சைநிறம் தன்மீது போர்வைப் போல் சுற்றிக்கொண்டுவருவது போல் இருக்க, தன் கைகளுக்குள் கயிறு ஒன்றுத் தட்டுப்படுவதை உணர்ந்தாள். அதனைப் பிடித்துக்கொண்டு மிதக்க ஆரம்பித்தாள். ஆனால் அது மேலே இழுத்துச்செல்லாமல் மீண்டும் ஆழத்துக்கே இழுத்துச் செல்ல இதுதான் தன்னுடைய கடைசிக் கணம் என்று உணர்ந்தவள் மெதுவாகத் தன் கண்களைத் திறந்துப் பார்த்தாள். தன் கண்முன்னால், மஞ்சள் நிறமும், வெள்ளைகோடுகளும் கொண்ட ஈரெழுத்து உயிரிதான் அது என்றுணர்ந்ததும் தன்னையுமறியாமல் அவள் உயிர் மீண்டெழுந்தது. அது கடலின்

அடியாழத்திற்கு அழைத்துச்சென்றது. ஏன் அது தன்னை வெளியே அழைத்துச்செல்லாமல் உள்ளேயே அழைத்துச்செல்கிறது என்று யோசித்தவளாய் இருக்க, அவளின் கண்முன்னே பெட்டிகள் மிதந்துகொண்டிருந்தன. அந்தப்பெட்டிகள் ஜெகத்சிங் மகாராஜா தன்னுடய மகாராணிகளுக்கு வாங்கிய நகைகள் என்பதும் அவைகளைத் தன்னுடைய பொறுப்பில் இந்தர் சிங் கொண்டு சென்றுகொண்டிருந்தார் என்பதும் அவளுக்கு புரிந்தது. ஏன் அது தன்னை இங்கு அழைத்து வரவேண்டும் என்று அவள் குழம்பிக்கொண்டிருக்கையில், அந்த விலங்கு தன்னுடைய நகத்திற்கு ஒன்றாய்ப் பெட்டிகளைத் தூக்கிக்கொள்ள இருவரும் தண்ணீரின் மேற்பரப்பை நோக்கி மிதக்க ஆரம்பித்தார்கள்.

ஏதோ ஒன்று தன் கையிலிருந்து விலகிச்செல்வதுபோல் இருக்க கண்விழித்தாள் சாரா. சூரியக்கதிர்கள் கண்களின் மேல்விழ, கண்களைக் கைகளால் மறைத்துக்கொண்டாள். அலையின் சத்தமும், காற்றின் சத்தமும் கேட்க, மெதுவாக வலதுபுறமாகத் திரும்பிப்பார்த்தாள். தூரத்தில் அது சென்றுக்கொண்டிருந்தது. அதனை அழைக்கவேண்டும் என யோசித்து, எவ்வளவு கத்தினாலும் தன் உதட்டிலிருந்து வார்த்தை ஒன்றுகூட வரவில்லை. பின் சுதாரித்தவளாக, தன்னைச் சுற்றிப் பார்க்க, கண்ணுக்கெட்டியத் தூரம் கடற்கரையும் தன் அருகே பல பெட்டிகளும் இருப்பதைப் பார்த்தாள். தன்னுடைய உடைகள் நனைந்திருந்தது. பெட்டிகள் ஒவ்வொன்றையும் திறந்துப் பார்க்க, தங்க நகைகள் பலவடிவங்களில் குவிந்துகிடந்தன. அவைகளின் மஞ்சள் நிறம் கடற்கரை எங்கும் பரவியது. இவைகளைக்கொண்டு தான் என்ன செய்யப்போகிறோம்? இங்கு ஏன் நான் வந்தேன்? ஏன் அது என்னை இங்கு விட்டுச்செல்கிறது? என ஒவ்வொன்றாக யோசித்துக்கொண்டிருந்த வேளையில் மரப்படகொன்று அருகில் வந்து நின்றது. படகில் படகோட்டி மட்டுமே இருந்தான். ஒரு நிமிடம் அவனை உற்றுப் பார்த்தவள் எதுவும் பேசாமல் படகிலேறி அமர்ந்துகொண்டாள். வந்தவனோ எந்தக் கேள்வியும் கேட்காமல் அவள் பெட்டிகளைப் படகிற்குள் எடுத்துவைத்துவிட்டுப் படகை இயக்கினான். வீசும் காற்றுக் காதுகளுக்குள் ஏதோ சொல்வதாக அவளுக்குத் தோன்றியது. கடல் அலைகளின் விளையாட்டை ரசித்தவள் அந்தப் படகோட்டியைப் பார்த்துக்கொண்டே வந்தாள். அவன் வந்ததிலிருந்து ஒரு வார்த்தை கூடப் பேசவில்லை.

ஏன் தான் செல்லும் இடத்தைக் கூட அவன் கேட்கவில்லை என்று யோசித்தவள் அவளே பேச்சைத் தொடங்கலாம் என நினைத்து

"படகோட்டியே நாம் இங்கு இப்போது எங்கு சென்று கொண்டிருக்கிறோம்?" என்றாள்.

அவள் கேள்வியை முடித்ததும்தான் தெரிந்தது தான் பேசியது தன்னுடைய தாய்மொழி இல்லை என்பது. எப்படி அந்த மொழி அவளுக்குத் தெரிந்தது? யார் சொல்லித் தந்தது அதை? என அவள் எண்ணிக்கொண்டிருக்கையில் தூரத்தில் கப்பல்கள் அணிவரிசையில் நிற்பதைக்கண்டாள். அவற்றின் மேல் பலநாட்டுக்கொடிகள் பறந்துகொண்டிருந்தன. அந்தக் கொடிகள் எதையும் தான் படித்த பாடப்புத்தகத்தில் இதுவரைப் பார்த்திருக்கவில்லையென்பதும், அக்கொடிகளின் பின்னால் நின்றுகொண்டு கத்திக்கொண்டிருந்த மனிதர்களின் மொழியை வைத்துத்தான் அவளால் அவர்களைப் புரிந்துகொள்ளமுடிந்தது. தன் அருகே நின்ற படகோட்டியிடம், "நேரம் என்ன? என்றாள். அவன் சூரியனை நோக்கிப் பார்த்துவிட்டு அந்திப்பொழுது என்றான். அவளுக்கு எதுவும் புரியவில்லை என்றாலும் இது தான் கனவில் கண்ட தேசத்தைவிடவும் ரம்மியமாக இருப்பதாகத் தோன்றியது. ஆனால் இங்கு தான் எங்கே தங்கப்போகிறோம்? யார் நமக்கு தெரிந்தவர்கள் இருக்கிறார்கள்? என்று பலகுழப்பநிலையில் சாரா இருக்க, அவள் அருகே ஆட்கள் வந்து வரிசையில் நின்றார்கள். அவர்கள் குனிந்து இரண்டு கைகளையும் குவித்து வணங்க, பதிலுக்கு அவளும் வணங்கினாள். மேற்கொண்டு என்ன பேசுவது என்று புரியாமல் குழம்பிக்கொண்டிருக்கப் படகோட்டியே அவள் தங்கவேண்டிய இடம், பொருட்கள் கொண்டு சேர வேண்டிய இடம் என எல்லாத்தையும் அவர்களுக்குத் தெரிவித்துவிட்டு, "பல்லக்குத்தூக்கிகள் எங்கே?" என்று அருகில் நின்றுகொண்டிருந்த ஒருவனிடம் கேட்க, இதோ என்று ஓடிச் சென்று நான்கு ஆட்களையும் அவர்கள் தோள்களில் இரண்டு பக்கமும் நீண்ட கம்பமும் நடுவில் சின்னக் கூண்டு போல் துணியால் சுற்றப்பட்டிருந்த ஒரு பொருளைத் தூக்கிக்கொண்டு வந்தார்கள். அவள் அதற்குள் எப்படி ஏறுவது என்று புரியாமல் யோசித்துக்கொண்டிருக்க, ஒருவன் அவள் காலருகே குனிந்துத் தன்னை மிதித்து ஏறிக்கொள்ளுங்கள் என்றான். சற்றுக் கூச்சப்பட்டவள் பிறகு அவன் தோலின் மீது மிதித்து பல்லக்கில் ஏறிக்கொண்டாள்.

பல்லக்கு நகர ஆரம்பிக்க, பலமாக வீசிய காற்றுக்குப் பல்லக்குத்துணி விலகியது. அவளுக்கு அந்த இடைவெளிகளில் தெரிந்ததெல்லாம் வெறும் கூடைகளும், அந்தக் கூடைகளின் மேல் மலைமலையாகக் குவிக்கப்பட்ட முத்துகளும்தான். அவற்றைத் தன்னுடையத் தேசத்தில் மதிப்புமிக்கப் பொருளாகப் பார்த்திருந்தாலும், இங்கு மணலை அள்ளிவைத்திருக்கிறார்களோ என்று தோன்றும் அளவுக்குக் குவித்துவைத்திருந்தனர். தூரத்தில் ஆண்கள் கடலில் குதித்துக்கொண்டே இருக்க, பெண்கள் தலைகளில் கூடைகளைச் சுமந்து வந்துகொண்டிருந்தார்கள். அவர்கள் யாரும் உள்சட்டை அணியவில்லை என்பதும் அவர்களுக்கு அது தேவை இல்லை என்பது போலவும் நடந்துகொண்டார்கள். ஆண்கள் பெரும்பாலும் முண்ட கச்சம் மட்டுமே கட்டியிருக்க, அனைவரின் தேகமும் முறுக்கிய நரம்புகளைப் போல் இருந்தது. அவர்களைப் பார்த்துக்கொண்டே வந்தவள் தூரத்தில் ஒரு கூட்டம் பொருட்களைக் கப்பல்களுக்கு ஏற்றியும், இறக்கியும் கொண்டிருந்தது. இறக்குபவர்கள் பெரும்பாலும் கருப்பு நிறத்தில் இருந்தனர். வேலை வாங்கிக்கொண்டிருந்தவர்கள் மாநிறத்தினராய் இருந்தார்கள். அவற்றைக் கடந்தவுடன் சற்று தூரத்தில் ஒரு பெரியவர் நின்றுகொண்டிருக்க அவர் அருகே மணற்கடிகாரம் இருந்தது. எதிரே இருந்த சிறு குளத்தில் பலர் மூழ்கி மூச்சுப்பயிற்சி செய்துகொண்டிருந்தார்கள். கண்ணுக்கெட்டிய தூரம் வரை ஆட்கள் நடமாடிக்கொண்டிருந்தார்கள். இந்த முத்துகளைத் தன்நாட்டில் வரிசையில் நின்று வாங்கிச்செல்வது அவள் ஞாபகத்திற்கு வந்தது. கண்களுக்கு எதிரே பல மணல்வீடுகளும், அதனைச் சுற்றிக் கற்கோட்டைகளும் தென்பட்டன. கோட்டைகளின் மேல் கையில் வேலுடன் ஆட்கள் நின்றுகொண்டிருந்தார்கள். அவர்களின் தலைகவசங்கள் இலநியினைக் கவிழ்த்துவைத்தாற்போல் இருந்தது. பல்லக்கு மெதுவாக மாளிகையின் வாசலுக்குள் நுழைந்தது. ஆடம்பரத்தின் மொத்த உருவமாய் நின்ற அந்த மாளிகையின் முகப்பு வாசலில் “திசையாயிரத்து ஐந்நூற்றுவர் வணிகக்குழு” என்று கல்லில் செதுக்கப்பட்டிருந்தது. சாரா பல்லக்கிலிருந்து இறங்க அவளுக்கு எதிரே தலைப்பாகையும், கம்மல் அணிந்த காதுகளுமாக, தோள்களில் பட்டு அங்கவஸ்திரம் அணிந்தவர்களாக ஆட்கள் நின்றுகொண்டிருந்தார்கள். எல்லோரும் அவளை வணங்கிவிட்டுக் காட்சிப்பொருளாய் அவளைப் பார்த்துக்கொண்டிருக்க கூட்டத்திலிருந்து, “வாருங்கள் சாரா வெலாஸ்கோ தார்ன்டன்”

என்றுக் குரல் கேட்டது. சாரா அதிர்ச்சி அடைந்தவளாக அது யாரென்று பார்க்க, வயதான முதியவர் அவள் முன்னே வந்து கைகளைக் குலுக்கி வரவேற்றார். அதிர்ச்சியிலிருந்து மீளாதவளாக அவரையே பார்த்துக்கொண்டிருந்த அவளின் குழப்பங்களைப் புரிந்துகொண்டவர்,

"என் பெயர் அகச்செம்மல். இந்த வணிகக்குழுவின் தலைவன். நீங்கள் எந்தக் கவலையும் கொள்ளவேண்டியதில்லை சாரா. உங்களைப் பற்றிய தகவல்கள் எல்லாம் எங்களுக்கு ஏற்கனவே தெரிவிக்கப்பட்டுவிட்டது. உங்களின் விதி இனி எங்கள் கைகளில் எழுதப்படும். நீங்கள் இங்கு இருப்பது முதலாம் நூற்றாண்டு, முத்துகளின் நகரம் கொற்கை. பாண்டிய மன்னனின் வாணிபத்தளம். நாங்களெல்லாம் அவரின் நலம்விரும்பிகள்."

"நன்றி அகச்செம்மலே. ஆனால் நான் எப்படி உங்கள் நூற்றாண்டுக்குள் வந்தேன்? நான் வாழ்ந்தது பத்தொன்பதாம் நூற்றாண்டில் அல்லவா!!!"

"மனிதர்களின் கணக்குகள்தான் நூற்றாண்டுகள் சாரா. நாம் அந்தக் கணக்கிற்குள் எல்லாம் வருவதில்லை. ஏனென்றால் நமக்கானப் பொது உறவு இந்தக் கடல் மட்டுமே. கடலின் முன்னால் நூற்றாண்டுகள் எப்போதும் தோற்றுக்கொண்டே இருக்கும். கடலுக்கடியில் பல நூற்றாண்டுகள் எந்தவித எதிர்வினையும் காட்டாமல் உறங்கிக்கொண்டிருக்கிறது. நாம் கடலுக்கு மேல் பார்ப்பதெல்லாம் வெறும் எண்களால் தெரிவிக்கப்படுவது. நீங்கள் சொல்லும் எல்லா நூற்றாண்டிற்கும் ஒரே சாட்சி இந்தக் கடல். மனிதர்கள் பிறப்பது இறப்பது என்ற வாழ்க்கைச் சுழற்சிக்குள் சிக்கிக்கொள்ள, கடலோ அந்தச் சுழற்சி வட்டத்தின் சாட்சியாய் நின்று நம்மைக் கவனித்துக்கொண்டிருக்கிறது. கண்ணுக்குத் தெரிந்த நூற்றாண்டை விடக் கண்ணுக்குத் தெரியாத பல நூற்றாண்டுகள் மூழ்கிக்கிடக்கிறது இந்தக் கடலுக்கு அடியில். நீங்கள் எங்கள் நூற்றாண்டிற்குள் வந்ததுபோல் எங்களால் உங்கள் நூற்றாண்டிற்குள் எளிதாகச் சென்றுவர முடியும் சாரா. கடலுக்குள் விழுந்த எல்லாம் இறப்பதில்லை என்பதன் சாட்சியாகத்தான் நாங்கள் உங்களை இங்கு அழைத்துவந்திருக்கிறோம். எதிர்பார்ப்புடன் வந்தவர்களைக் கடல் என்றுமே திருப்பி அனுப்பியதில்லை. அது அவர்கள் நினைத்தவற்றிற்கு மேலும் பல உயரங்களுக்கு அழைத்துச் செல்கிறது. எங்கள் ஊரில் புதிதாக

யார் வந்தாலும் அவர்களின் விதியைத் தீர்மானித்து எங்களுக்குக் காற்று செய்தியை அனுப்பிவிடும். நீங்கள் காதில் கேட்ட காற்றின் சத்தம் வெறும் சத்தம் அல்ல. அதுதான் உங்களை எங்களிடமும், எங்களை உங்களிடம் அழைத்துவந்த தூதுவன், அதனால்தான் கடற்கரைகளிலெல்லாம் காற்றின் சத்தம் அதிகமாகவே கேட்கிறது."

"நான் இப்போது என்ன செய்யவேண்டும்?"

"நீங்கள் செய்யவேண்டியதெல்லாம் உள்ளே சென்று நன்றாகத் தூங்கி ஓய்வெடுத்துக்கொள்வதுதான். மீதி வேலைகளையெல்லாம் நாங்கள் முடித்துத்தருகிறோம். வாணிபத்தின் எல்லா நுணுக்கங்களையும் உங்களுக்குச் சொல்லித்தர எங்கள் ஆட்களில் ஒருவரை ஆசிரியராக நியமித்திருக்கிறோம். இந்தக் கொற்கை உங்களை எந்த விதத்திலும் கைவிட்டுவிடாது என்பதற்கு நாங்கள் உத்திரவாதம் அளிக்கிறோம்." யார் அங்கே? என்று அவர் அழைக்க இருபெண்கள் வீட்டுக்குள் இருந்து வந்தனர். அவர்கள் சாராவை அழைத்துச் சென்று மூலிகை நீராடச் செய்தனர். அவர்களின் பாரம்பரிய உடையை எடுத்து அணிவித்தார்கள். உணவுகளை ஆளுக்கொருக் கைகளாக ஊட்டிவிட்டு, அவளைக் கட்டிலில் படுக்கவைத்துவிட்டுச் சென்றனர்.

மறுநாள் காலை கதவைத் தட்டும் சத்தம் கேட்டது. முழித்துப் பார்த்தவளின் கண்களுக்கு முன்னால் சூரியன் பல வண்ணங்களில் தரைகளில் கோலம் வரைந்திருந்தது. உண்ட உணவா அல்லது இந்த ஊரின் காற்றா, எது தன்னை இவ்வளவு நேரம் தூங்கவைத்தது என்று யோசித்தவளாக, எழுந்து சென்றுக் கதவைத் திறக்க, எதிரே நேற்று பார்த்த முதியவரின் இளமை உருவகமாக ஒருவர் நின்றுகொண்டிருந்தார்.

"நான் அகக்கோன். தங்களுக்கு வாணிபத்தைப் பற்றிய பாடத்தினை எடுக்க என் தந்தை அனுப்பியுள்ளார்."

"சற்று நேரம் பொறுங்கள்", என்று சொல்லி அவரை உட்காரச் சொல்லிவிட்டு உள்ளே சென்றவள், வேறு உடைகளை மாற்றியவளாக அவர் எதிரே வந்து உட்கார்ந்தாள். அவரின் கையில் வெறும் கற்கள் மட்டுமே இருந்தன. வாணிபம் கற்பிப்பதற்குக் கற்கள் எதற்கு என்று அவள் யோசித்துக்கொண்டிருக்க,

"கல் என்பது மலையின் குறியீடு. மலைகள் நமக்கு எப்பவும் பிரமாண்டமானதாகத் தோன்றுகிறது. அது நாம் வாணிபத்தில்

அடைந்த வெற்றி. ஆனால் அதனால் எந்த ஒரு வணிகனையும் காப்பாற்ற முடியாது. ஆனால் நாம் கற்றுக்கொள்ளவேண்டியது அந்த மலை தன்னைச் சுற்றி நிற்கும் நிலத்தை எப்படி இறுகப் பற்றிக்கொள்கிறது என்பதுதான். எவ்வளவு புயல், மழை, எத்தனைவிதமான இயற்கைப் பேரிடர்களைச் சந்தித்திருக்கும். திருடர்கள், அரசர்கள், விலங்குகள் என எத்தனையோ விதமான மனிதர்களையும் பார்த்திருக்கும். எத்தனையோ நூற்றாண்டுகளாகக் கடலுக்கு மேல் ஒரு சாட்சியாக அது நின்றுகொண்டிருக்கிறது. எதனாலும் யாராலும் அதன் துரும்பைக்கூட அசைக்கமுடியவில்லை. அதைப்போல்தான் நாம் நம் வாணிபத்தைக் கட்டமைக்கவேண்டும். இதுதான் இன்று நீங்கள் கற்றுக்கொள்ளவேண்டிய முதல் பாடம் சாரா."

"ஆனால் எங்கள் நாட்டில் பாறைகளை வெடி வைத்துத் தகர்த்து விடுவார்கள்... அப்போது அந்த மலைகள் காணாமல் சென்றுவிடும் அல்லவா?"

"எங்கள் ஊரிலும் மலைகளை உடைத்துக்கொண்டுதான் இருக்கிறோம். மலைகள்தான் இந்த உலகின் பயணத்திற்கான ஆதாரமாய் இருக்கிறது. மலைகளைத் தொடாத பாதை என்று இந்த உலகத்தில் நிச்சயம் ஒன்று இருக்கமுடியாது ஆனால் அந்த மலைத் தன்னகத்தே என்ன கொண்டிருக்கிறது என்பதைப் பொறுத்து அதன் முக்கியத்துவம் கவனிக்கப்படுகிறது. வெறும் கற்களால் ஆனதா? அல்லது அரண்மனையின் அலங்காரத்திற்குப் பயன்படும் பளிங்குக் கற்களா? என்பதை நாம்தான் முடிவுசெய்யவேண்டும்.

"என்னால் புரிந்துகொள்வதற்குச் சற்றுச் சிரமமாக இருக்கிறது"

"முதல்நாள் பாடம் அப்படித்தான் இருக்கும். போகப் போக உங்களுக்குப் புரிந்துவிடும். எதற்கும் கவலைப்பட வேண்டாம்" என்று விடைபெற்றுச் சென்றான் அகக்கோன்.

தங்கள் நாட்டில் கணிதத்தில்தான் வாணிபத்தைச் சொல்லித்தருகிறார்கள் ஆனால் இவர்கள் மலைகளை வைத்துச் சொல்லித்தருகிறார்கள் எப்படி இதை நாம் கற்றுக்கொள்ளப்போகிறோம் என்று அவளுக்குக் குழப்பமாக இருந்தாலும், "இனிமேல் நடக்கும் எந்த விஷயத்திற்கும் நீ பொறுப்பில்லை" என்று இந்தர் சிங் கடலுக்குள் குதிக்கும்போது கூறிய கடைசி வார்த்தைகள் ஞாபகத்திற்கு வந்தது.

நடப்பதற்கு இனிமேல் நாம் சாட்சியாய் நின்றால் போதுமென்று அவள் முடிவு செய்தாள்.

"நீரின் மேல் கல்லெறியும்போது அதில் பல சலன அலைகள் உருவாகலாம். ஆனால் அது அந்த நீரின் பரப்புக்குள்ளே முடிந்துகொள்ளும். எப்போதும் அது நீரைத்தாண்டி வெளியே செல்வதில்லை. அதுபோல்தான் வாணிபத்தில் குழப்பங்களும் சிக்கல்களும் உருவாகலாம். ஆனால் அதனை நம்முடைய வாணிபம் என்னும் குளத்திற்கு வெளியே எந்த நிலையிலும் செல்ல விட்டுவிடக்கூடாது."

"காற்றுக் கண்ணுக்குத்தெரிவதில்லை. ஆனால் அதன் இருப்பை நாம் உணர்ந்துகொண்டேதான் இருக்கிறோம். அது இல்லாமல் நம்மால் உயிர்வாழ முடியாது. காற்று என்பது ஆட்கள் பார்த்து, அவர்களின் செல்வங்களைப் பார்த்து தொட்டுச் செல்வதில்லை. அது அந்த நிலப்பரப்பின் சீதோஷண நிலையைப் பொறுத்தது. அதுதான் தீர்மானிக்கும் காற்றின் வேகம் கூடுவதையும், அமைதி அடைவதையும். கோடையில் காற்று அமுங்கியிருப்பதும், காற்று காலத்தில் விரிந்து செல்வதும் என அதன் நோக்கை அது என்றும் நிறுத்தியதில்லை. அதுபோல்தான் நாம் செயல்படவேண்டிய காலம், செயல்படவேண்டிய நேரம் என ஒவ்வொன்றையும் புரிந்துகொண்டு செயல்படவேண்டும் என ஒவ்வொரு நாளும், ஒவ்வொரு பொழுதும், ஒவ்வொரு பொருட்களுமாக அவளுடைய வாணிபம் சம்பந்தமான வகுப்புகள் நடைபெற்றது. பாடத்தின் கடைசி நாள் அகக்கோனும், அகச்செம்மலும் சேர்ந்தே வந்திருந்தனர். அவளுக்குக் காரணங்கள் எதுவும் புரியாவிட்டாலும், இருவரின் வருகைக்கும் நிச்சயம் மிகப்பெரிய காரணம் இருப்பதாய் தோன்றியது. இருவரையும் உள்ளே அழைத்து இருவருக்கும் சிற்றுண்டிகளைக் கொடுத்து உபசரித்தாள். தாம் இப்போது ஒரு இந்தியப் பெண்ணாகவே மாறிவிட்டதாக நினைத்தாள். இருவரும் உண்டுமுடித்ததும் அகச்செம்மல் அவளைப்பார்த்து,

"இன்றுடன் உங்களுக்கான பாடங்கள் முடிகிறது சாரா. நாளைக் காலை நாம் மன்னரைச் சந்திப்பதற்கான ஏற்பாடுகளையெல்லாம் செய்துவிட்டேன். அவரிடம் உங்களைப் பற்றிய விவரங்களையும், உங்கள் வியாபார நோக்கங்களையும் சொல்லிவிட்டேன். அவரிடம் பேசி இந்த வாணிபத்தை வெற்றி பெறச் செய்யவேண்டியது உங்கள்

கடமை. நான் வருகிறேன். நாளை காலை அரசமாளிகையில் சந்திக்கலாம்” என்று விடைபெற்றுக் கிளம்பினார்.

அவர் கிளம்பியதும் அகக்கோன், “நேற்றுடன் உங்களுக்கானப் பாடங்கள் முடிந்துவிட்டது சாரா. இன்று நான் சில இறுதி விஷயங்களைப் பகிர்ந்துகொள்ள மட்டுமே இங்கு வந்தேன். இவ்வளவு சொல்லிக்கொடுத்தும் கணிதத்தினைப் பற்றி ஒரு வார்த்தையும் பேசவில்லை என்று உங்களுக்குத் தோன்றலாம். ஆனால் இந்தக் கொற்கையில் கணிதம் என்பது கற்றுக்கொள்ள வேண்டிய ஒன்றல்ல, அது உணரப்படுவது. ஒரு கூடையில் இருக்கும் முத்துகளை வைத்து அதில் எத்தனை முத்துகள் இருக்கின்றன, அந்தக் கூடையின் எடை எவ்வளவு என்றுக் கண்களை வைத்தே புரிந்துகொள்பவர்கள் இந்தக் கொற்கை மக்கள். நீங்கள் இந்த மாளிகையைத் தாண்டி வெளியில் சென்றதும் உங்களை அறியாமல் கணிதத்தின் எல்லா விஷயங்களும் தானாகவே உங்களுக்குத் தெரிய வரும். அதில் பிழை இருக்கலாம். ஒன்றும் குழம்பவேண்டாம். இந்தக் கொற்கைக் கணிதத்தின் பிறப்பிடம். நன்றி நான் வருகிறேன்.” என்று சொல்லிவிட்டு அவரும் கிளம்ப, தான் நாளை எப்படி மன்னரைச் சந்திப்பது, அவரிடம் தான் எப்படிப் பேசுவது என்று யோசிக்க ஆரம்பித்தாள்.

மறுநாள் காலை அவளை அழைத்துச்செல்வதற்கு அரண்மனை யிலிருந்து தேர் வந்து நின்றது. அந்தத் தேரில் கால்வைத்த முதல் நிமிடமே தான் இந்தக் கொற்கையை வென்றுவிடுவேன் என்று அவள் மனதுக்குள் அசரீரி ஒன்று ஒலித்தது. கொற்கை இனிமேல் எனக்குச் சொந்தம் என்று அவள் ஆழ்மனது எழுதிக்கொண்டது. பல்வேறு பாதுகாப்புக் கோட்டைகளைக் கடந்து மன்னரின் அரசவைக்குள் சென்றாள். மன்னர் மட்டுமே தனியாக இருக்க, அரசவையில் நாற்காலிகள் எல்லாம் காலியாக இருந்தது. நாம் நேரம் தள்ளி வந்துவிட்டோமா என்று அவளுக்கு ஒரு நிமிடம் தோன்றியது.

“குழம்ப வேண்டாம் சாரா. இது என்னுடைய ஏற்பாடுதான். முதல்முறையாக ஒரு பெண்வியாபாரியைச் சந்திப்பதால் அரசவையைக் கூட்ட வேண்டாம் என்று சொல்லிவிட்டேன். என்னுடைய ஒரே கேள்வி நீங்கள் எப்படி இந்த வாணிபத்திற்குள் வந்தீர்கள்?”

“வாணிபத்திற்குள் நான் வரவில்லை அரசே. இந்தக் கொற்கைதான் வாணிபத்திற்கு என்னை இழுத்து வந்துவிட்டது. மஞ்சள் நிறமும்,

வெள்ளை கோடுகளும், பூனை போன்ற உருவமுடைய ஒரு உயிரிதான் என்னை இங்கு அழைத்து வந்தது. இங்கு நடக்கும் எதற்கும் எனக்கும் துளி அளவுகூட சம்பந்தம் இல்லை அரசே. விதியின் விளையாட்டில் நானும் ஒரு கைப்பாவைதான். ஆனால் கைப்பாவைதான் இந்த உலகின் மிக உயர்ந்த கதைசொல்லி என்பதால் நான் அந்தக் கைப்பாவையாக இருப்பதற்காக மகிழ்ச்சிக்கொள்கிறேன்."

"இங்கு விலையுயர்ந்த முத்துகளும், காசு தயாரிக்கும் ஆலைகள் இருந்தாலும், செல்வங்கள் கண்ணுக்கெட்டிய தூரம் வரைக் கொட்டிக்கிடந்தாலும், தங்கத்தை இங்கு விற்க உங்களுக்கு ஏன் தோன்றியது?"

"நகைகள் என்பது அல்ங்காரம் எனபதைத் தாண்டி அது மனிதனின் அடியாழத்தில் ஒழிந்திருக்கும் ஒரு ஆறு. அதனை நீங்கள் என்ன தடைபோட்டாலும் உங்களாலும் என்னாலும் தடுக்கமுடியாது. வாணிபத்தின் வெற்றியே அந்த ஆற்றை எவ்வாறு அணைபோட்டு அங்குமிங்கும் சிதறவிடாமல் பார்த்துக்கொள்வதுதான் அரசே. அந்தத் தைரியம் மட்டும்தான் இந்தக் கொற்கையில் நான் இருப்பதற்கான ஆதாரம்."

"நன்றி சாரா. இன்றிலிருந்து நீங்கள் உங்கள் விருப்பம்போல் வியாபாரம் செய்துகொள்ளலாம். அதற்கு எந்த விதத் தடைகளையும் இந்த நாடோ, நாட்டு மன்னனாகிய நானோ உங்களுக்கு ஏற்படுத்தமாட்டோம் என்று உத்தரவாதம் அளிக்கிறேன்."

"நன்றி அரசே நானும் விடைபெற்றுக்கொள்கிறேன். உங்களுக்கும், உங்கள் நாட்டு மக்களுக்கும் சிறிதளவு துன்பமோ, தொந்தரவுகளோ என்னால் ஏற்படாது என நானும் உறுதி ஏற்கிறேன். சென்றுவருகிறேன் அரசே", என்று கூறிவிட்டு அங்கிருந்து கிளம்பினாள்.

வியாபாரத்தில் அவள் வெற்றியை யாராலும் தடுக்கமுடியவில்லை. கொற்கை எங்கும் அவளைப் பற்றிய பேச்சே பொருளாய் இருந்தது. அவள் புகழ்பாடாதக் கப்பல்களே இல்லை என்னும் அளவுக்கு அந்த ஊரின் ஆதர்சமாக மாறினாள் சாரா. கொற்கையில் காலடி எடுத்துவைத்ததிலிருந்து ஊர் ஆண்கள் அனைவரும் அவளுக்காகப் போட்டிபோட்டுக்கொண்டிருந்தாலும், அவள் யாரையும் ஒரு நிமிடம் கூட ஏறெடுத்துப் பார்த்ததில்லை. அவளைத் தப்பான பார்வையில் பார்க்க நினைக்கும் எவரும் அவளின் பார்வையைச்

சந்தித்த அடுத்த நொடியில் எண்ணங்கள் எல்லாம் தலைகீழாக மாறுவது கண்டு ஆச்சரியமடைந்தார்கள். சாரா அங்கு ஒரு தேவதையாகத்தான் வலம் வந்துகொண்டிருந்தாள். வாணிபத்தின் எல்லா வழிகளையும் தன் கைகளுக்குள் வைத்திருந்தாலும், தன்னால் கடைசி வணிகன் கூடப் பாதிக்கப்பட்டுவிடக்கூடாது என்பதில் தெளிவாய் இருந்தாள். தன்னுடைய வாணிபம் ஏதேனும் கடைசித் தொழிலாளியைப் பாதிக்கும் என்று தோன்றினால் உடனே எந்த விதச் சமரசங்களும் செய்யாமல் வாணிபத்தினை நிறுத்திவிடுவாள். அது எத்தனை லாபம் என்பதெல்லாம் அவள் கணக்குகளுக்குள் வருவதே இல்லை. வாணிபத்தின் புத்தகமாய் அவள் மாறினாள். அகக்கோன் சொன்னதுபோல் கொற்கையில் கணிதத்தின் சமன்பாடு எந்த விதச் சிக்கல்களும் இல்லாமல் காற்றில் கலந்தே இருந்தது. நினைத்த நேரத்திற்கெல்லாம் சொல்லி வைத்தாற்போல் அவை அவள் நாக்கிலிருந்து வந்து விழுந்தது. அதில் சிறுபிழை கூட இல்லை என்பதுதான் அவளின் தன்னம்பிக்கைக்கு சாட்சியாய் நின்றது. தான் கனவில் கண்ட மாளிகைகளை எல்லாம் தனக்குத் தேவையான வடிவில் கட்டிக்கொண்டாலும், தான் வெறும் சிறு மாளிகையில் மட்டுமே வசித்து வந்தாள். தான் கட்டிய மாளிகைகளை ஏழை மக்களுக்குக் கொடுத்துவிட்டு, அவர்கள் உழைப்பின் மகத்துவத்தைப் புரிவதற்கான பயிற்சியையும் கொடுத்து அவர்கள் வாழ்க்கையின் மகாராணியாய் வலம் வந்தாள். கொற்கையின் அரசனுக்குச் சமமான மரியாதை அவளுக்கு வழங்கப்பட்டாலும் எந்த இடத்திலும் எந்த நொடியிலும் அவள் அப்படி உணர்ந்ததில்லை. அரசனின் அந்தப்புரத்திற்கு மன்னரைத் தவிர செல்லும் உரிமை அவளுக்கு காலங்காலமாக வழங்கப்பட்டது. அந்தப்புர மகாராணிகளின் இலட்சியமாய் இருந்தாள் சாரா. அவளின் ஒவ்வொரு வருகையையும் அந்தப்புரம் ஆவலுடன் எதிர்பார்த்துக்கொண்டிருந்தது. அவளின் வருகைக்குப்பின் அந்தப்புரம் தியான மனநிலைக்கு மாறுவதை மன்னர் உணர ஆரம்பித்தார். அவளின் வருகைக்குப்பின் அந்தப்புரப் பெண்களின் எண்ணிக்கை கூடவேயில்லை என்பது அமைச்சர்களுக்கே ஆச்சரியமாக இருந்தது. அவள் அங்கிருந்த குழந்தைகளுக்குப் பலமொழிப்பாடங்களைக் கற்றுக்கொடுத்தாள். பலதொழில்நுட்பங்களை அரசவை அமைச்சர்களுடன் கலந்தாலோசித்து செழுமைப்படுத்தினாள். அவளை யாரும் வாணிபம் செய்பவள் என்று சொல்லமுடியாதபடி அவள் மக்களுடன் மக்களாய் கலந்துவிட்டாள்.

ஆனால் இவைகளைத் தாண்டி மீண்டும் அவள் மனதை அரித்துக்கொண்டிருந்த ஒரு விஷயம் அந்த ஈரெழுத்து உயிரி. அதன் வால்கள்தான் தன்னை இங்கு அழைத்து வந்தது என்றாலும் இதுவரை மங்கலாகவே தெரிந்த அந்த உயிர் ஏன் இன்னும் எனக்குத் தெளிவாகத் தெரியவே இல்லை. எனக்கும் அந்த உயிரிக்குமான தொடர்புதான் என்ன? ஏன் தன்னை அது இங்கே அழைத்துவந்தது. இந்தக் கேள்விகளுக்கெல்லாம் நிச்சயமாக அதனால்தான் பதில் சொல்லமுடியும். ஆனால் அதை நான் எங்கே மீண்டும் சந்திப்பது. தான் முதன்முதலாக என்று தங்கத்தை வியாபாரம் செய்தேனோ அன்றிலிருந்தே என்னால் அதைக் கனவில் கூட காணமுடியவில்லை என்று அவளுக்குத் தோன்றியது. அவளின் வாணிப வெற்றியெல்லாம் அந்த ஈரெழுத்து உயிரியின் முன்னால் தோல்விகளாகவே முடிந்தது. திடீரென கொற்கை நகரமே அல்லோகலப்பட்டது. சாரா முட்டாளா? மனநிலை எதுவும் பாதிக்கப்பட்டுள்ளாளா என மக்கள் தங்களுக்குள் பேசிக்கொண்டே சென்றார்கள். அதற்குக்காரணம் அவள் அறிவித்த அறிவிப்புதான்

"மஞ்சள்நிறத் தோலும், கருப்பு வெள்ளைக்கோடுகளும், பூனை போன்ற உருவமும், நரம்பினைப் போல் மீசை கொண்டதுமான விலங்கைப் பிடித்துத் தருபவர்களுக்கு என்னுடைய முழுச் சொத்தையும் காணிக்கையாக்குகிறேன்."

மக்கள் ஆளுக்கொருத் திசையில் தேடி அலைந்தார்கள். மஞ்சள் நிறத்தைக் கண்டுபிடித்தவர்களுக்குக் கோடுகளையும், கோடுகளைக் கண்டுபிடித்தவர்களுக்கு மஞ்சள் நிறத்தையும் பார்க்கமுடியவில்லை. இரண்டுக்கும் இடையில் மக்கள் அல்லாடித் தவித்துக்கொண்டிருந்தார்கள். மக்கள் ஞாபகர்த்தத்தின் சாட்சியாய் அவள் ஒரு வன்னிமரத்தை நட்டாள். அந்த மரத்தின் மேலிருந்த அறிவிப்புப்பலகை யாராலும் அழிக்கமுடியாத வடுவாய் எல்லோருக்குள்ளும் நிறைந்திருந்தது. அந்த அறிவிப்பை வெல்லக்கூடிய ஒருவன் கூட நம் தேசத்தில் இல்லையா என மன்னர் கூசிப்போனார். அந்தத் தேடுதல் வேட்டை ஐம்பது வருடங்களாகத் தொடர்ந்தது நடந்துகொண்டே இருந்தது. மன்னரின் ஆட்சி மாறியது. கப்பல்களின் வடிவங்கள் மாறியது. கொடிகளின் எண்ணிக்கை நாளுக்கு நாள் கூடியது. வாணிபத்தின் எல்லா விஸ்வரூபங்களையும் கொற்கை சந்தித்திருந்தது. ஆனால் அதனால் அந்த ஈரெழுத்து உயிரினை மட்டும் வெற்றிக்கொள்ள

முடியவில்லை. சாராவின் கூந்தலும் நிறம் மாறத் தொடங்கியது. தோல், செழிப்பைக் குறைத்துக்கொண்டது. முதுகு வளைய ஆரம்பித்தது. அவள் அந்த ஊரின் அடையாளம் ஆகிவிட்டாலும் அவளின் ஆசையை நிறைவேற்ற முடியாமல் அந்நகரமேத் தவித்துக்கொண்டிருந்தது. மதுரை வரை செய்தி பறந்தாலும் அதை முடித்துத் தருவதற்கான ஆட்கள் கடைசிவரைக் கிடைக்கவே இல்லை. நகரம் தன்னை விரித்துக்கொண்டே சென்றாலும் அதனால் அந்த வன்னிமரத்தின் கேள்விகளுக்குப் பதில் சொல்ல இயலவில்லை. வெவ்வேறு ஊர்களில், நகரங்களிலிருந்து அந்த ஈரெழுத்து உயிரியை அழைத்து வந்தாலும் யாராலும் அவளின் மனதுக்கு நெருக்கமான அந்த உயிரியைக் கொண்டுவரமுடியவில்லை. இவ்வளவு சொல்லமுடியாத மனநிலையிலும் அவளால் ஒரு நிமிடம் கூடத் தன்னுடைய வாணிபத்திலிருந்து விலகி இருக்கமுடியவில்லை என்பதுதான் கொற்கை நகரவாசிகளுக்கே ஆச்சரியமாக இருந்தது. அவளும் தினமும் அந்த வன்னிமரத்தின் அடியில் வந்து காத்திருக்க ஆரம்பித்தாள். மாலை வேளைகளில் அவற்றைக் கண்டவர்கள் கண்கள் கலங்கச் சென்றனர். சாரா என்ற பெயருடன் சில கண்ணீர்துளிகளும் கொற்கையை நனைத்துக்கொண்டிருந்தது. தன் துயர் இந்நகர மக்களை வாட்டுவதைத் தாங்கிக்கொள்ள முடியாத சாரா தன் அந்த அறிவிப்புப் பலகையை எடுத்துவிடுவதற்காக வன்னிமரத்தின் அடியில் வந்து நின்றாள். அவள் அங்கிருப்பவர்களை அதைக் கழட்டித்தருமாறு சொல்ல யாராலும் அதைக் கழட்டமுடியவில்லை. எல்லோரும் தோல்வியடைந்து திரும்பிச்செல்ல அவள் அந்த அறிவிப்புப் பலகையைப் பார்த்துக் கொண்டிருந்தாள். தானே அதைப் பறித்துவிடலாம் என்று அதைத் தொட அந்தப் பலகையின் பின்னால் இருந்து உறுமல் கேட்டது. சாராவின் கைகள் பலகையை இறுகப் பற்றிக்கொண்டது. அவளின் இறுகலுக்கு ஏற்ப அந்த உறுமல் குழையத் தொடங்கியது. பலகையை மெதுவாகக் கழற்றினாள். பூவின் இதழ்களை வருடுவதுபோல் அதைக் கழற்றி தன் நெஞ்சோடு அணைத்துக்கொண்டு கதறி அழ ஆரம்பித்தாள். அவளின் கண்ணீர் சொட்டுகள் ஒவ்வொன்றாக அந்த அறிவிப்புப் பலகையில் விழ, அந்தக் கண்ணீர்த்துளிகள் பலகையிலிருந்து வழிந்து தரையில் விழுந்தது. அத்துளி விழுந்த இடத்திலிருந்து மஞ்சள் நிறம் வழிந்து ஓடத்தொடங்க, தன் கண் எதிரே மஞ்சள் நிறம் விரிவடைந்து, வெள்ளை, கருப்புக்கோடுகள் லயத்துடன் சுற்றி வடிவமைக்கப்பட்டு, பூனையின் கம்பீரத்தின்

ஆயிரம் மடங்காய் அதன் முகம் தெரிய ஆரம்பித்தது. சாரா தான் அணிந்திருந்த ஆடையில் வைத்திருந்த வயலின் நரம்பை எடுத்து அதன் முகத்தில் வைக்க அது பல கிளைகளாய் இருமருங்கிலும் சிறு நரம்புகளாய் மாறிப் பிரிய, அது சாராவின் கண்ணீரைத் தன் நாக்கால் துடைத்துச் சுத்தப்படுத்தியது. அதன் கைகளில் சாராவின் கண்ணீர் வடிந்தது. இருவரும் ஒருவரை ஒருவர் கட்டிப்பிடித்துக்கொள்ள அவள் ஏங்கி அழ ஆரம்பித்தாள். அந்த உயிரியை அழைத்துக்கொண்டு தன் சிறுமாளிகைக்குச் சென்றாள்.

தீச்சுடர் ஒன்று அவர்கள் இருந்த அறையை ஆக்கிரமித்திருந்தது. இருவருக்கும் சாட்சியாய் நடுவில் நின்று அது எரிந்துகொண்டிருக்க, அதன் அசைவில் அறையின் சுவரில் இருவரின் உருவமும் நெளிந்துகொண்டிருந்தது. ஈரெழுத்து உயிரி அறைக்குள் வந்ததிலிருந்து அந்தச் சுடரையே உற்றுப்பார்த்துக்கொண்டிருந்தது.

"ஏன் அந்தச் சுடரையேப் பார்த்துக்கொண்டிருக்கிறாய்?", என்றாள் சாரா.

"இந்தச் சுடர் நான் அருகில் இருந்து பார்த்த மாபெரும் சுடரின் சிறுதுளி. அந்த மாபெரும் சுடர்தான் இவ்வளவு நாள் நான் உன் அருகே வராமல் இருந்ததற்கான காரணி. அந்தச் சுடரின் கதையைக் கேட்பதற்கு முன்னால் எனக்கு இருக்கும் ஒரே கேள்வி. ஏன் அன்று உன்னை நான் கடற்கரையில் தனியே விட்டுச் சென்றேன் என்று உனக்கு என்னிடம் கேட்கத் தோன்றவில்லையா?"

"சில சமயங்களில் தோன்றும். ஆனால் நீ காரணமில்லாமல் அதைச் செய்திருக்கமாட்டாய் என்பதும் எனக்குத் தெரியும். வாழ்வின் இறுதிக் கணத்தில் இங்கு என்னை அழைத்து வந்து இந்நகரத்தின் அடையாளமாய் மாற்றிய உன்னை என்னால் கேள்வி கேட்கமுடியாது என்பதும் ஒரு காரணம்."

"நீ கேட்கமாட்டாய் என்றாலும் இன்றுதான் நாம் இருவரும் சந்தித்துக்கொள்ளும் கடைசி நிமிடங்கள் என்பதை நான் உனக்கு முதலிலேயே தெரிவித்துக்கொள்கிறேன்."

"அவற்றை நீ எனக்குச் சொல்லவேண்டிய அவசியம் இல்லை உயிரியே. என்று நீ என்னைக் கடற்கரையில் விட்டுச் சென்றாயோ அன்றே எனக்குத் தெரிந்துவிட்டது நாம் சந்திக்கும் அடுத்த சந்திப்பு நம் இருவருக்குமானக் கடைசி நொடியாக இருக்கும் என்று."

ரோல்ஸ் ராய்ஸும் கண்ணகியும் ✿ 67

“கடைசி நொடிகளில் நானும் உன்னிடம் சிலவிஷயங்களைப் பகிரவேண்டும் சாரா. உண்மையில் நீ என்னைத் தேடி இந்தியா வரவில்லை. நான்தான் உன்னைத் தேடி உன் நாட்டிற்கு வந்துகொண்டிருந்தேன். நீ என்னைக் கனவில் கண்ட முதல்நாள் இரவுதான் நான் என் அம்மாவின் வயிற்றிலிருந்து பிறந்தேன். நீ கனவுக் கண்ட ஒவ்வொரு நொடியும் நானும் உன்னைக் கனவில் கண்டுகொண்டிருந்தேன். நீ என்னைக் கனவு காணும் ஒவ்வொரு நொடிகளிலும் நான் உன்னை எனக்கு நெருக்கமாய் உணர ஆரம்பித்தேன். நீ என்னைத் தேடி அலைவது என்பது வலி மிகுந்ததாய் இருக்குமென்பதால் நான் உன்னைத் தேடி வரலாம் என்று முடிவுசெய்தேன். நீ பெர்சியாவில் ஏறும்போது நான் கடல் மார்க்கமாய் உன் இருப்பிடத்தை நோக்கிக் கிளம்பிவிட்டேன். நான் கிரீட் துறைமுகத்தை நெருங்குவதற்கும் உன் கப்பல் உடைவதற்கும் சரியான நேரமாக இருந்ததால், உன்னைக் காப்பாற்ற வேண்டும் என்று முடிவு செய்தேன். உன்னை வெறும் கையில் அழைத்துவருவதற்கு வழி தெரியாமல்தான் அந்தப் பெட்டிகளை உன்னுடன் துணையாக எடுத்துவந்தேன். ஆனால் அன்று கடற்கரையில் கண்ட அந்தக் காட்சி என்னை நிலைகுலையச் செய்துவிட்டது. உன்னைவிட்டுப் போக எனக்கு மனம் இல்லையென்றாலும் அந்த மானிடச் சுடரின் சாட்சியாக நான் நிற்கவேண்டும் என்று தோன்றியது. அதன் பின் நான் எங்கெங்கோ அந்தச் சுடரின் பின்னால் அலைந்து திரிந்தேன். அந்தச் சுடர் தன்னுடைய இறுதிக்கணத்தை முடித்தபிறகுதான் என்னால் உன்னிடம் திரும்ப வரமுடிந்தது. திரும்பி வருதல் என்பது எந்தவித எண்ணங்களோ, குழப்பங்களோ இல்லாமல் முழுமையாக உன்னிடம் திரும்பி வரவேண்டும் என்பதுதான் சாரா. வன்னிமரத்தில் அறிவிப்புப் பலகை என்று மாட்டப்பட்டதோ அன்றே நான் வந்து குடியிருந்துவிட்டேன். ஆனால் நீ இன்றும் என்மேல் அதே எதிர்பார்ப்பை வைத்துள்ளாயா என்று சிறிது சந்தேகம். ஆனால் இன்று உன் கண்ணீர்துளிகளால் என்னை எப்போது நனைத்தாயோ அப்போதே முடிவு செய்துவிட்டேன் உன்னிடம் விளையாட்டை நிறுத்திக்கொள்ள வேண்டுமென்று. உன்னிடம் விளையாடுவதென்பது எனக்கு மிகவும் உவப்பளிக்கக் கூடியது. ஆனால் உன் கண்ணீர் துளியின் வீரியம் நான் எதிர்பார்த்ததை விடவும் வலிமை வாய்ந்தது சாரா.”

“நீ இருப்பதை நான் உணர்ந்துகொண்டேன் உயிரியே ஆனால் எப்படி உன்னிடம் என்னை முழுமைப்படுத்துவது என்பது தெரியாமல் இவ்வளவு நாட்களும் தடுமாறிக்கொண்டிருந்தேன். இன்று ஏனோ தெரியவில்லை. உன்னைப் பற்றிக்கொள்வது என்பதும், அந்த அறிவிப்புப் பலகையைப் பற்றிக்கொள்வது என்பதும் ஒன்றுதான் என்று எனக்குத் தோன்றியது. கடைசி நொடியில் உன்னைக் கண்டடைந்தேன் என்பதே எனக்குப் போதுமானது. நம்மை இவ்வளவு தூரம் அலைக்கழித்த அந்தச் சுடர் யார் உயிரியே?”

“வெறும் பெயர் மட்டுமல்ல, பெயருக்கேற்ற குணநலன்கள் அமைவதென்பது இந்த உலகில் எல்லோர்க்கும் வாய்ப்பதில்லை சாரா. அவள் பெயரைச் சொல்லும் ஒவ்வொரு நிமிடமும் எனக்குள் இன்றும் அந்தக் கடற்கரை காலையில் நிகழ்ந்த அதிர்வு மீண்டும் மீண்டும் தோன்றிக்கொண்டே இருக்கிறது. நெருப்பு என்று சொன்னால் சுடவேண்டும் என்கிறார்கள். அந்த நெருப்பை அருகிலிருந்து பார்த்தவன் என்ற பெருமிதத்துடன் சொல்கிறேன் அவள் பெயர் “கண்ணகி.”

“கண்ணகியா?”

“ஆம். உருவத்தின் எல்லா இலக்கணத்திற்குள்ளும் கச்சிதமாகப் பொருந்தும் ஒரு உயிரினம். அளவில் சிறிதும் குறைபாடில்லா மாசற்ற பெண். அன்று காலை உன்னைக் கடற்கரையில் கொண்டுவந்து விட்ட பிறகு தூரத்தில் தலைவிரிக்கோலமாய் கையில் சிலம்புடனும், கண்களின் ஆவேசத்துடனும் நடந்துகொண்டிருந்தாள் அவள். அதைப் பார்க்கும் எவரும் அவள் பைத்தியமோ என்றுதான் எண்ணக்கூடும். ஆனால் அந்தப் பேதையினைச் சுற்றி ஆடிக்கொண்டிருந்த வளைய நெருப்புதான் நான் அவளைப் பின் தொடர்ந்து செல்வதற்குக் காரணமாய் இருந்தது. மாபெரும் வளையமாய் அது அவளைச் சுற்றிக்கொண்டிருக்க, அவள் சென்றுகொண்டே இருந்தாள். அவளினைப் பின் தொடர்ந்த எவரும் பின் திரும்புவதில்லை சாரா. நெருப்பு வளையத்தினைச் சுற்றி அவளின் கதைகள் நடனமாடிக்கொண்டிருந்தன. மாசற்ற பெண்ணாய் பிறந்த கதை. கோவலனை மணந்த கதை. மாதவியிடம் அவனைப் பறிகொடுத்த கதை. மீண்டும் அவன் திரும்பி வந்த கதை. சிலம்பை விற்கக் கொடுத்த கதை. அந்தச் சிலம்பால் அவன்

உயிர்போனக் கதை. இறந்த உடலுக்கு அவள் நீதிகேட்ட கதை என ஒவ்வொரு நெருப்பும் அனலாய் அலைந்துகொண்டிருந்தது. அவைகளை விட அவளை நோக்கி என்னை இழுத்தது ஒன்றே ஒன்றுதான். அவ்வளவு நெருப்பு வளையத்திற்கு நடுவிலும் அவளிடம் மாறாதிருந்த புன்னகை. புன்னகை என்பதற்கான எந்த இலக்கணத்திற்குள்ளும் அடங்காதது அது. கடற்கரையில் நடந்து செல்லச் செல்ல அவள் காலுக்கடியில் நீரூற்று வழிந்துகொண்டே இருந்தது. நான் அவற்றை ருசித்துப் பார்த்தேன். உண்மையில் இந்தப் பூலோகத்தில் அமுதம் என்று ஒன்று இருக்கும் என்றால் அது நிச்சயம் அந்தத் தண்ணீராகத்தான் இருக்கமுடியும். கடல்நீரை அமுதமாக்கும் அவளின் அந்தப் பாதச்சுவடுகளுக்கு அடிமையாக இந்த உலகில் மாபெரும் போட்டி நடைபெற்றாலும் ஆச்சரியம் இல்லை. அவள் மதுரை என்னும் நகரத்தை முற்றாக எரித்தாலும் அதில் ஒரு உயிரும் சாகவில்லை என்பது எவ்வளவு ஆச்சரியமான விஷயம் சாரா. அவளின் நெருப்பு தீங்கில்லாத நெருப்பு. அந்த நெருப்பினைப் பார்த்த பின்பு என்னால் எப்படி அவளைப் பின்தொடராமல் இருக்க முடியும். உனக்குள் இருந்த தூய நெருப்பைத்தான் அவளிடம் நானும் கண்டேன். அவள் நெருப்பை அணைப்பது என்பது அவ்வளவு எளிதில்லை... அதை அணைப்பதற்காகத்தான் அவள் பல காடு, மலைகள் சுற்றிவந்தாள் என்பது எவ்வளவு ஆச்சரியம். ஒவ்வொரு காட்டிலும் மலைகளிலும் தன்னுடைய நெருப்பைக் குறைத்துக்கொண்டே வந்தாலும் அவள் மனதில் தூண்டிக்கொண்டிருந்த அந்தச் சுடரைப் பார்க்க நெருங்கிக்கிடைத்த வாய்ப்பை நான் எப்படித் தவறவிட முடியும். அந்தச் சுடர் என் வாழ்க்கையில் நான் கண்ட மகத்துவமான பெருஞ்சுடர். அந்தச் சுடர் கண்ணகி என்னும் பெண் இந்தப் பூமியில் தோன்றிய கணத்தில் தோன்றிய சுடர். அந்தச் சுடர் என்பது இந்த உலகில் வாழ்ந்து மறையும் பெண்களின் ஆதாரச் சுடர். அது கணவனுக்கு அடிமை என்னும் கீழான சுடர் அல்ல, அவளுக்குத் தன்னுடைய கணவன் இறப்பின்மேல் எழுந்த பகைச்சுடர் அல்ல, நீதி தவறிய மன்னனின் நெஞ்சைத் தொட்டு எரிக்கும் சுடர். கோவலன் மாதவியை என்று தேடிச்சென்றானோ அன்றே அவன் இறந்துவிட்டதாகத்தான் நினைத்தாள். அவன் இறந்ததும் அவளுக்கு அதிர்ச்சியளிக்கவில்லை. அவளுக்கு இருந்ததெல்லாம் நீதி தவறிய மன்னனின் கண்ணுக்குள் ஒரு சுடரை ஏற்றுவது மட்டுமே. அந்தச் சுடர் அந்நகரை அழிப்பதை அவள் விரும்பவில்லை ஆனால் வரலாற்றில் அழிப்பவர்கள்

மட்டுமே நிரந்தர அதிர்வை ஏற்படுத்துகிறார்கள் என்பது அவளுக்கு சிறுவயது முதலே சொல்லிக்கொடுக்கப்பட்டுள்ளது. இந்திய மண்ணில் ஒரு மன்னரை எதிர்த்துக் கேள்வி கேட்கும் உரிமை யாருக்கும் இல்லை என்பது பிறந்த குழந்தைகளுக்கு இந்த உலகை அறிவதற்கு முன்னால் அறிவுறுத்தப்படும் முக்கியச் செய்தி. சொந்த மனைவியோ, தன் உதிரத்தின் புத்திரனோ, நாட்டில் திட்டம் வகிக்கும் அமைச்சரோ கூட ஒரு வரி மன்னருக்கு எதிராகப் பேசிவிட முடியாது. ஆனால் சாதாரண ஒரு பெண். அதுவும் வாழ்வில் ஒருமுறை கூட அதிர்ந்து பேசியிராத ஒரு பெண். அவள் அந்தச் சுடரை ஏற்றிவிட்டாள் சாரா. அவளின் கடைசி நிறுத்தம் எது தெரியுமா?"

"எது?"

"நான் உன்னை எந்தக் கடற்கரையில் இறக்கிவிட்டேனோ அதே கடற்கரைதான். அவள் அங்கு தன் கடைசிச் சுடரை அணைத்த பிறகுதான் என்னால் அங்கிருந்து உன்னை நோக்கி வரமுடிந்தது. அந்தச் சுடரை நீ பார்க்கவேண்டும் சாரா. அது இந்த உலகின் வாழ்வியலுக்கான சுடர். நீயும் நானும் நம்பிக்கைகொள்வதற்கான சுடர். ஒரு சுடர் போதும் இந்த உலகைப் பற்றவைப்பதற்கு. அந்தச் சுடர் அழித்தலை அல்ல, வெளிச்சத்தைக் கொடுக்கும் சுடர். நீ கனவில் கண்ட மஞ்சள் நிறம் அந்தச் சுடரின் நிழல்தான் சாரா. நீ கண்ட வெள்ளைக்கோடுகள் இந்த நிலம். அதை நீ கண்ணால் காணவேண்டும். நான் சொன்னதெல்லாம் வெறும் சொற்கள். அதை அனுபவிப்பது என்பது உன் வாழ்க்கையின் பிறவிப்பயன்", என்று உயிரி சொல்லிமுடித்ததும் சாரா கண்ணீர் வடித்துக்கொண்டிருந்தாள். தன் மனதில் அடக்கிவைத்த பேராற்றின் பாய்ச்சலாய் அது நிற்காமல் வந்துகொண்டிருந்தது. அந்த உயிரி தன் நாக்கால் அவளின் கண்ணீரைத் துடைத்துவிட்டு,

"அழாதே, நீ அழும் கண்ணீர் அந்தச் சுடரை அணைத்துவிடக்கூடாது. அது இந்தக் கொற்கையின் சுடர். கொற்கை மண்ணின் வேர். இந்தக் கொற்கை அந்தச் சுடரிலிருந்து மாபெரும் நெருப்பாய் இந்தப் பூமியைப் பற்றிக்கொள்ளும் சுடர். வா சாரா நாம் அங்குச் செல்லலாம்", என்று அழைத்தது உயிரி. அவள் அதனிடம், "ஒரு நிமிடம் பொறு. நான் வந்துவிடுகிறேன்", என்று சொல்லிவிட்டு அவசர அவசரமாகக் கதவைத் தட்டினாள். வேலையாட்கள் வந்து அவள் முன்னால் நிற்க, அவள் அவர்களிடம், "முதன்முதலில்

இந்நகருக்குள் என்னை அழைத்துவந்த படகோட்டியை அழைத்து வாருங்கள்", என்றாள். அவர்கள் சிறிதுநேரம் தயக்கம் காட்டினார்கள். "என்ன?", என்று கேட்க, "அவரின் உடல்நிலை மிகவும் மோசமாக ஆகியிருக்கிறது. அவரால் ஒரு அடிகூட எடுத்துவைக்கமுடியாது", என்று அரசவை மருத்துவர் கூடச் சொல்லியிருக்கிறார் அம்மையே. "அதைப்பற்றி நீங்கள் கவலையேதும் கொள்ளவேண்டாம். சுடர் பார்க்க வர வேண்டுமாம் என்று மட்டும் சொல்லுங்கள்", என்று அவர்களை அனுப்பிவிட்டு, அங்கிருந்த இன்னொரு வேலைக்காரரைப் பார்த்து, "தான் முதன்முதலில் கொண்டுவந்த பெட்டிகளைத் தேடி எடுத்துவாருங்கள். அதில் சிறு துரும்பு இடைவெளி கூடாத அளவு முத்துகளை நிரப்பிக்கொள்ளுங்கள்", என்று கட்டளையிட்டாள். அவர்களும், "அவ்வாறே ஆகட்டும்" என்று சொல்லிவிட்டு அங்கிருந்து நகர்ந்து சென்றார்கள்.

தான் இந்த மாநகருக்குள் நுழைந்த அன்று உடுத்திய ஆடைகளைத் தேடி எடுத்து அணிந்துகொண்டாள். அவை இன்னும் தன்னுடைய உடலுக்குக் கச்சிதமாக இருப்பது ஆச்சரியமாக இருந்தது. வாசலில் படகோட்டி சிரித்த முகத்துடன் வரவேற்க, அவனைப் பார்த்து புன்னகைத்தாள். படகோட்டியின் பின்னால் அவன் மொத்தக் குடும்பமும் சாராவை வணங்கி நின்றது. சாரா அவர்களை வணங்கிவிட்டுத் தன் அருகிலிருந்த காரியதரிசியிடம், மன்னரைத் தான் செல்லும் கடற்கரைக்கு வரச்சொல்லுமாறு சொல்லிவிட்டு, கணக்காளரையும் கூட அழைத்து வரவேண்டும் என்று உத்தரவிட்டாள். பின் படகோட்டியுடன் கடற்கரையை நோக்கி நடக்க ஆரம்பித்தாள். நடந்த பாதை எங்கும் மக்கள் வரிசையாக நின்று அவளை வழி அனுப்பிவைத்தார்கள். கடற்கரை எங்கும் மக்கள் அலைமோதிக்கொண்டிருக்க, எல்லோரும் கூட்டம் கூட்டமாக அவர்களுடைய படகில் ஏறிக்கொண்டார்கள். சாராவின் உயிரி அவளுக்கு முதலாகவே படகில் ஏறிக்கொள்ள, தன்னுடைய இத்தனை வருடக் காலத்திற்கும் தொடக்கச் சாட்சியான அந்தப் படகினை மெல்ல வருடினாள். தன் பெட்டிகள் எல்லாம் படகின் மேல் வரிசையாக அடுக்கப்பட்டிருந்தது. படகோட்டி கையை நீட்டி அழைக்க, நடனம் ஆடச் செல்லும் மங்கையின் உற்சாகத்தோடு படகில் ஏறிக்கொண்டாள். படகின் மேற்தளத்தில் சென்று தன் வாழ்க்கையின் அர்த்தமாய் மாறிய இந்தக் கொற்கையை தன் கண்விழிகளுக்குள் ஊற்றிக்கொண்டாள். அந்த நொடியிலே அவளுக்குப் புரிந்தது இதுதான் இந்த நகரில்

நான் இருக்கும் கடைசி நொடி. சுற்றிலும் படகுகளில் மக்கள் கூட்டம் கூட்டமாக ஏறிக்கொள்ள அவளின் கை அசைப்பிற்காக அனைவரும் காத்திருந்தனர். அவள் கொற்கையைப் பார்த்துக் கை அசைக்க, படகோட்டி தன் படகை இயக்கினான். அவளின் கை அசைவுக்குப் பின்னால் பலநூறு படகுகளில் மக்கள் பின் தொடர்ந்தனர். காற்று தன் செய்திகளுடன் அவளைச் சுற்றி சுற்றி வந்தது. காற்றின் செய்திகளை அவளால் இப்போது மிகவும் எளிதாக புரிந்துகொள்ளமுடிகிறது. கடற்கரையிலிருந்து படகு இப்போது நடுக்கடலுக்கு வர, சுற்றிலும் நீரால் மட்டுமே சூழப்பட்டாள் அவள். அவளின் உயிரியோ அவளைப் பார்த்து சிரித்தது, பதிலுக்கு அவளும் சிரிக்க, அவர்கள் இறங்கவேண்டிய கடற்கரை அவர்கள் கண்முன்னால் உருப்பெற்று வந்தது. ஆனால் அன்று பார்த்த வெள்ளை நிலமாக அல்லாமல் இன்று முழுவதும் மஞ்சள் நிற ஒளியால் சூழப்பட்டிருந்தது. படகு கடற்கரையில் வந்து நிற்க அவர்களுக்கு முன்னால் மன்னர்களும் அமைச்சர்களும் அவளுக்காகக் காத்திருந்தார்கள். அவள் இறங்கி நிற்க மன்னர் கைகுவித்து வணங்கினார். பதிலுக்கு அவளும் மன்னருக்கு வணக்கம் தெரிவித்துவிட்டு திரும்பித் தன்னுடையப் படகைப் பார்த்தாள். படகிலிருந்த அந்த உயிரி முன்னால் குதித்து அவளுக்கு வழிகாட்ட அவள் அதன் பாதத்தடத்தில் நடக்க ஆரம்பித்தாள். மன்னர்க்கு அவளுக்கு முன்னால் எந்த உருவமும் இல்லை என்பது தெரிந்தாலும் காலடித்தடம் ஒன்று மண்ணில் பதிவதை மட்டும் புரிந்துகொண்டார். தூரத்தில் தெரிந்த பிரமாண்ட மஞ்சள் ஒளி அருகே செல்ல செல்ல சிறு சுடராய் அந்தரத்தில் எரிந்துகொண்டிருந்தது. அதன் முன்னால் உயிரி சென்று அந்தச் சுடரினை தன் நாக்கால் தடவிக்கொடுக்க, சாராவுக்குத் தன்னை மீறி அழுகை வெடித்தது. அவள் அழுகையின் அதிர்வு அங்கிருந்த மன்னருக்கு மட்டுமில்லாமல் பின்னால் கூடிநின்ற அனைவருக்கும் புகுந்துகொண்டது. தன் கண்ணீரைத் துடைத்துக்கொண்டவளாய் மன்னனைப் பார்த்து,

"மன்னா, இங்கு வந்த ஒவ்வொரு நொடியிலும் இந்த மண்ணினை நான் ஏன் தேர்வுசெய்தேன். எதற்கு என்னை இங்கு அழைத்துவந்தது இந்த உயிரி? எனக்கும் இந்த நிலத்திற்குமான தொடர்பாக நான் விட்டுச்செல்லவேண்டியது என்ன? உங்கள் வணிகத்தின் ஒரு பொருள்தானா நான்? என பலநாட்கள் இந்தக் கேள்வியை எனக்குள் கேட்டுக்கொண்டே வந்துள்ளேன். ஆனால் இந்தக்

கேள்விக்கெல்லாம் ஒரே பதில் இதோ உங்கள் முன்னால் அந்தரத்தில் மிதந்துகொண்டிருக்கும் இந்தச் சுடர். நான் இந்தக் கொற்கையில் தொலைந்து போவதற்கான காரணங்கள் பல இருந்தும், மனது பல குழப்பத்தில் இருந்தாலும் என்னை நெருப்பாய் நின்று ஒவ்வொரு முறையும் தூய்மைப்படுத்திய சுடர். இதனை வெறும் சுடர் மட்டும் என்று எண்ணிக்கொள்ளாதீர்கள். இது அழியா நெருப்பு. தூய சுடர். தொட்டால் நிச்சயம் உங்களைச் சுடாது. பசித்த குழந்தைக்கு பாலுட்டும் தாயின் கொங்கை போன்றது. இந்த நெருப்பை அணையாமல் காத்திடவேண்டும். இந்தக் கொற்கை காணாமல் போகலாம். நீங்கள் இல்லாமல் போகலாம். ஆனால் இந்தச் சுடர் நாம் வாழ்ந்த காலத்தின் சாட்சியாய் பல யுகங்கள் நின்றுகொண்டிருக்கும். இந்தச் சுடரின் பெயரைஹ் கேட்கவேண்டுமா மன்னா?”

“ஆம்.”

“கண்ணகி. இந்நிலத்தின் அடையாளம் மன்னா. அடையாளங்கள் எல்லாம் உருவாக்கப்படுவதில்லை. அவை தன்னைத்தானே உருவாக்கிக்கொள்ளும். இந்தக் கொற்கையின் யுகங்கள் பலவற்றிற்கும் சாட்சியாய் நிற்கப்போகும் ஒரு உயிர். சிறு நெருப்பு பொறியின் வீச்சு பிரமாண்டமான நெருப்பு வளையத்தை உருவாக்குவதுபோல் இந்தக் கண்ணகி இந்நிலத்தின் ஆதாரம். ஆதாரம் மட்டுமே இந்த உலகத்தின் சாட்சி மன்னா. இந்நெருப்பை அணையாமல் பார்த்துக்கொள். அது உன் வாழ்வின் சாட்சி. உன் பரம்பரையின் சாட்சி. கண்ணகி என்ற பெயர் இருக்கும் வரை உன் கொற்கையின் பெயர் இந்த மண்ணில் திரும்பத் திரும்ப உச்சரிக்கப்பட்டுக்கொண்டே இருக்கும். வணங்கு மன்னா. வணங்கி உன் குலத்தின் ஆணிவேராய் இந்தச் சுடரை ஏற்றிவிடு. இந்தச் சுடர் மாபெரும் நெருப்பு வளையமாய் இந்தக் கொற்கையைச் சூழ்கொள்ளட்டும். அந்த நெருப்பு வளையத்தில் உண்மை என்னும் நெருப்பு கொற்கையைச் செழிக்க வைக்கட்டும். அவற்றின் வெளிச்சம் இந்த நகரைத் தூய்மையாக்கட்டும். இனிவரும் அரசர்களுக்கெல்லாம் அரசியாய், அணங்காய், சாட்சியாய் நிற்கப்போகும் இந்நகரத்தின் தெய்வத்தை வணங்கு. மாபெரும் நெருப்பைத் தான் படரவிட்டாலும் அந்த நெருப்பு குழந்தைகளை அணுகும்போது குளிர வைத்துவிடும் மாயவித்தைக்காரியை வணங்கு. வணங்கு மன்னா வணங்கு என்று சொன்னதும் மன்னரிலிருந்து மக்கள் வரை கீழே விழுந்து வணங்க

ஆரம்பிக்க, சாரா எதிரே உயிரி கண்ணீர் வடித்துக்கொண்டிருந்தது. முதன்முதலாக அதன் கண்ணீரைத் தன் கைகளால் துடைத்துவிட்ட சாரா அதனை வருடிக்கொடுத்துவிட்டு, அதன் காதில், "நாம் செல்வதற்கான நேரம் வந்துவிட்டது உயிரியே வா செல்லலாம்", என்று அழைத்துக்கொண்டு செல்ல ஆரம்பிக்க, வணங்கி எழுந்த மன்னன் சாராவை நோக்கி,

"எங்கு செல்கிறாய் சாரா?"

"நான் தொடங்கிய இடத்திற்குச் செல்ல விரும்புகிறேன் மன்னா. இந்த மண்ணில் காலூன்றியதற்கான பலன்களை நான் அடைந்துவிட்டேன். முதல்முதலில் நான் இந்த நகரத்தில் பேசியது எந்த மொழி தெரியுமா? உங்கள் மொழி. அப்படி ஒரு மொழி இந்த உலகில் இருக்கிறது என்றே இந்த நகரத்திற்கு வந்த பிறகுதான் தெரிந்துகொண்டேன். ஆனால் அன்று நான் ஏன் உங்கள் மொழியில் பேசினேன்? அதன் விளக்கம்தான் என்ன? உண்மையில் அன்று பேசியது நான் அல்ல. அவள்தான். அவளின் நெருப்பில் பிறந்த ஒரு சிறு பொறி நான். என்னுடைய கடமை இந்தச் சுடரைக் காட்டித்தருவதுடன் முடிந்துவிட்டது மன்னா. மல்லக்கோமானே நீங்கள் எங்கிருக்கிறீர்கள்? சற்று என் முன்னால் வாருங்கள்?", என்று கூட்டத்தினைப் பார்த்துக் கத்த, "இங்கிருக்கிறேன் அம்மையே", என்று அவர் ஓடோடி அவள் முன்னால் வந்து நிற்க, அவரின் கையில் மாபெரும் பட்டயத்தகடு இருந்தது. அதனை வாங்கி மன்னனைப் பார்த்து,

"இந்த அழியாச்சுடரின் நெருப்பைப் பாதுகாப்பதற்கான எனது சிறு பங்களிப்பு மன்னா? என்னுடைய எல்லா உரிமைகளையும் இந்தச் சுடரினைச் சுற்றி எழப்போகும் ஆலயத்திற்குக் காணிக்கையாக்குகிறேன்", என்று சொல்லி அவரின் காலருகே குனிந்து உட்கார்ந்து தன்னிடமிருந்த பட்டயத்தை நீட்டினாள். அதனை வாங்கிக்கொண்ட மன்னன், இந்தக் "கொற்கையின் சாட்சியாய் இந்த ஆலயம் நிற்கும். கடலின் வாணிப அரசியே. சாரா என்ற பெயருக்காக இந்தக் கொற்கையை நோக்கி வந்த எத்தனையோ மன்னர்களையும் யவனர்களையும் நான் பார்த்திருக்கிறேன். அவர்கள் உன் காலில் விழுந்து சென்றதையும் பார்த்திருக்கிறேன். உன்னைக் காணும்போதெல்லாம் நெருப்பின் துளியாகவே இருந்திருக்கிறாய். அந்த நெருப்பின் சாட்சியாய் நிற்கும் இந்தச் சுடரின் சாட்சியாய் சொல்கிறேன். இந்தக் கொற்கை

செழிக்கும். அதன் சாட்சியாய் இந்தக் கண்ணகி ஆலயம் எழும்" என்று சொல்லிமுடிக்க. சாரா அங்கிருந்த குடிகளைப் பார்த்து,

"கொற்கைவாசிகளே இந்தச் சுடரின் சாட்சியாய் உங்களை நியமித்துவிட்டுச் செல்கிறேன். ஒரு ஊர் அணையாமல் இருக்க, அந்த ஊரின் குடிகள் வெளிச்சமாய் இருக்கவேண்டும். இந்த நகருக்கு நான் முதன்முதலில் காலடி எடுத்துவைத்ததும் கண்ட காட்சி, இருள் என்பதை இங்கு எங்கும் காணவில்லை என்பதுதான். அது மன்னனின் அறம். நான் யாரென்று தெரியாவிட்டாலும், ஒரு நொடியிலும் என் மனது துயரப்பட்டுவிடக்கூடாது என்று ஒவ்வொருவரும் என்னை நன்றாகப் பார்த்துக்கொண்டீர்கள். கற்பனைகளில் எழுதப்படுவதுதான் நூற்றாண்டுகளின் எண்ணிக்கை, மனதில் அதற்கு என்றும் பூஜ்ஜியமே என்பதை இந்தக் கொற்கையின் மூலபாடத்தில் ஒன்று. இன்று அதை மனப்பூர்வமாக ஏற்றுக்கொள்கிறேன். என் கண்ணீரைப் பார்த்துக் கண்ணீர் விட்ட உங்களுக்கு நான் என்ன கைமாறு செய்யப்போகிறேன் குடிகளே. உங்களின் கண்ணீரின் சாட்சியாய் வன்னிமரத்தை விட்டுச்செல்கிறேன். இந்த நகரின் செழிப்புக்குச் சாட்சியாய் இந்தச் சுடரை விட்டுச்செல்கிறேன். சென்று வருகிறேன் கொற்கைவாசிகளே. வாணிபத்தினை இயற்கையில் கற்றுக்கொடுக்கும் உங்களின் ஆற்றல் இந்த உலகம் காணாத மாயவித்தை. எல்லா நகரங்களிலும் காற்று அடித்தால் இந்தக் கொற்கை காற்றில் கணிதமும் வீசிக்கொண்டிருக்கிறது. கணிதத்தினை நான் கற்ற பல்கலைக்கழகம் கூட இப்படிச் சொல்லிக்கொடுத்ததில்லை. கப்பல்களின் நங்கூரங்கள் இந்த மண்ணில் ஆழப்பதியட்டும். கொடிகளின் எண்ணிக்கைக் கூடிக்குவியட்டும். முத்துகள் ஒளியை அள்ளி இந்தக் கொற்கையில் வீசி ஏறியட்டும். மூச்சடக்கி முத்து எடுக்கும் கொற்கைவாசிகளே உங்களின் ஒவ்வொரு மூச்சுக்காற்றும் இந்தக் கொற்கையை தூய்மைப்படுத்தட்டும். கூடைகளில் அதை சுமந்துவரும் பெண்களே உங்களின் உடல் பலமாய் இந்தக் கொற்கை வலிமை பெறட்டும். எனது இறுதிப் பயணத்திற்குக் கிளம்பும் நேரம் வந்துவிட்டது. நன்றி. மன்னனுக்கு நன்றி, குடிகளுக்கு நன்றி, என்னுடைய வணிகப்பாடங்களின் ஆசான் அகச்செம்மலுக்கும், அகக்கோன்க்கும் நன்றி. என்னை இந்த நிலத்திற்கு அழைத்து வந்த அந்த ஈரெழுத்து உயிரிக்கு நன்றி. இவை எல்லாவற்றிற்கும் சாட்சியாய் நிற்கும் இந்தச் சுடருக்கும் நன்றி. கொற்கை

வாழ்க, குடிகள் வாழ்க, மன்னன் வாழ்க, குழந்தைகள் வாழ்க, முதியோர் வாழ்க, ஆண்கள் பெண்கள் எல்லோரும் வாழ்க", என்று அவர்களைப் பார்த்து இருகை கூப்பி வணங்க, மக்கள் அனைவரும் அவர்கள் தலைகளுக்கு மேல் இருகைகளையும் கூப்பி வணங்கினார்கள். சாரா நடக்க ஆரம்பிக்க, மக்கள் இருமருங்கிலும் விலகி அவளுக்கு வழிசெய்தார்கள். நன்றிகளாலும், அன்பாலும் அன்று கடற்கரை நனைந்துகொண்டிருந்தது. படகோட்டி ஓடோடி வந்து படகில் ஏறிக்கொண்டான். சாராவும், அந்த உயிரியும் படகுக்குள் ஏறிக்கொள்ள, படகோட்டி தன் குடும்பத்தினரைப் பார்த்து சிரித்துவிட்டுப் படகை இயக்க ஆரம்பித்தான். மக்கள் எல்லோரும் சாரா என்று ஒத்த குரலில் சத்தம் விட, அந்தரத்தில் நின்றுகொண்டிருந்த சுடர் மெதுவாகச் சலனம் அடைந்தது.

படகு நடுக்கடலில் வந்துகொண்டிருக்க, சாரா கையசைத்து படகை நிறுத்துமாறு கூறினாள். படகு நின்றதும் படகோட்டியைப் பார்த்து,

"நீங்கள் செல்லலாம்", என்றாள்.

"நான் செல்வதற்காக இங்கு வரவில்லை. நானும் இந்தக் கொற்கையுடன் என்னுடைய பயணத்தை முடித்துக் கொள்வதற்காகத்தான் வந்துள்ளேன். நான் படுக்கையில் படுத்த முதல்நாளே என்னுயிர் என்னை விட்டுப் பிரிந்துவிட்டது. ஆனால் எங்கிருந்தோ ஒரு சுடர் மீண்டும் அதை இழுத்து என்னுடலின் உள்ளே விட்டுவிட்டுச் சென்றது. அன்றே இவை எல்லாவற்றையும் என் மனக்கண்ணால் பார்த்துவிட்டேன். என் குடும்பத்தினருக்கும் அதைத் தெரிவித்துவிட்டேன். நீங்கள் கிளம்பலாம். உங்களின் இறுதிக்கணத்தின் சாட்சியாய் நானும், என்னுடைய இறுதிக்கணத்தின் சாட்சியாய் இந்தக் கடலும் இருக்கட்டும். சென்றுவாருங்கள்", என்று கப்பலின் நடுவே தியானக்கோலத்தில் சென்றமர்ந்தான் படகோட்டி. உயிரி அந்தப் பெட்டிகளைத் தன் கால்களில் தூக்கிக்கொள்ள இருவரும் கடலுக்கு இறங்கி மெதுவாக நடக்க ஆரம்பித்தார்கள். அவர்கள் இறங்கிச் செல்லச் செல்ல, கடல் தன்வழியை அவர்களுக்காகத் திறந்துகொண்டே வர, இருவரும் உடைந்த கப்பலின் அருகே வந்து நின்றார்கள். எஸ்.எஸ். என்ற எழுத்தின் மிச்சம் மட்டும் அங்கே இருக்க, பெட்டிகளை கீழே வைத்துவிட்டு அவற்றருகே உயிரி படுத்துக்கொண்டது. சாரா கடலைப் பார்த்து "மூடுங்கள்"

என்று சொல்ல, கடல் மூடிக்கொள்ள நீருக்கு அடியில் உயிரியின் அருகே சாரா உட்கார்ந்துகொண்டாள். அதன் மூச்சுக்காற்றைத் தன் கைகளில் உணர்ந்தாள். மெல்ல அதன் உடலை வருடிக்கொடுத்தாள். அது திரும்பி அவளை நெருங்கித் தூங்கிக்கொண்டது. அவளும் அதனைக் கட்டிப்பிடித்து படுத்துக்கொண்டாள். இருவரின் கண்கள் நேருக்கு நேராகச் சந்தித்துக்கொள்ள, இருவரும் தங்களது கண்களை மாறி மாறி மூடிக்கொண்டார்கள். சூரியனின் ஒளிச்சுடர் இருவரின் மீது தன் போர்வையைப் போர்த்தியது.

காலம் : *2003* ஆம் ஆண்டு.

நிறுவனம் : *MOYA CROWEDFORD.*

பணி : ஆழ்கடலுக்கு அடியில் இருக்கும் எஸ்.எஸ். பெர்சியாவை ஆராய்ச்சி செய்வது.

பலகட்ட ஆராய்ச்சிக்குப் பிறகு அதிலிருந்த பொருட்கள் எல்லாம் கைப்பற்றப்பட்டு ஆராய்ச்சிக்கு அனுப்பப்பட்டது. ஆனால் அவர்களால் திறக்கமுடியாத ஒன்றாக அங்கு கிடைத்தது நகைப்பெட்டிகள்தான். அந்தப் பெட்டிகள் அனைத்தையும் ஒரு நரம்பு இணைத்திருக்க அந்த நரம்பை வெட்டிவிடுவது அவ்வளவு எளிதாக இல்லை. தொழில்நுட்பத்தின் எல்லா சாத்திய வழிமுறைகளும் அதன் முன்னால் தோற்றுக்கொண்டே இருந்தன. அதன் இன்னொரு குழப்பமாக அந்த நரம்பு முடிச்சின் மேல் புலித்தோலின் மீது எழுதப்பட்ட சிலவரிகள். அதன் மொழியைக் கண்டுபிடிப்பது என்பது அவர்களுக்கு மிகவும் சிரமமாக இருந்தது. பலநாடுகளின் உதவியை அணுகியும் அதனால் வெற்றியடைய முடியவில்லை. அதன் தொடர்ச்சியாய் அந்த எழுத்துகளைப் புகைப்படம் எடுத்து இணையத்தில் வெளியிட்டார்கள். இந்த எழுத்துகளைப் புரிந்தவர்கள் யாரேனும் எங்களைத் தொடர்புகொள்ளவும் என்ற குறுஞ்செய்தி அந்தப் புகைப்படத்திற்குக் கீழே எழுதப்பட்டிருந்தது. பலநாட்கள் காலையிலிருந்து மாலை வரை அந்நிறுவனம் போன் அழைப்புக்காகக் காத்திருந்தது. அதன் காத்திருப்புகளின் நம்பிக்கை இழந்திருந்த நேரம், ஒரு நாள் காலை அந்த அலுவலகத்தின் போன் ஒலித்தது.

"நான் மேகலை பேசுகிறேன். நீங்கள் அனுப்பிய மொழியினைப் பற்றி ஆராய்ச்சி செய்துகொண்டிருக்கும் முதுகலை மாணவி நான்."

"உங்களைத்தான் தேடிக்கொண்டிருக்கிறோம் மிஸ்."

"மேகலை... மணிமேகலை."

"எஸ். மேகலை அதில் அப்படி என்னதான் எழுதியிருக்கிறது."

"பொருளுதவி செய்த கபுர்தாலா மகாராஜா ஜெகத்சிங் அவர்களுக்கு நன்றி. இந்தப் பெட்டிகளை அவருடைய நாட்டிற்குத் திருப்பி அனுப்பிவிடுங்கள்."

- இப்படிக்கு சாரா வெலாஸ்கோ தார்ன்டன்

■ ■ ■

சாபம்பற்றி ஆராய்ந்தவனின் குறிப்புகள்

"சாபம் என்பது வாழ்வின் தொடக்கம்"

சாபம் என்ற சொல் தன்னைப் பலநாட்களாகத் தொந்தரவு செய்வதை அவர் மனது உணர்ந்தே இருந்தது. ஆனால் சாபம் என்ற சொல்லை உபயோகிக்கும் அந்த நொடியில் தனக்குள் ஏற்படும் இருளுக்கு ஏதோ நீண்ட தொடர்பு இருக்கவேண்டும் என்று நம்ப ஆரம்பித்தார். தன்னுடைய ஆராய்ச்சிக்கான தலைப்பாகச் சாபத்தை எடுத்துக்கொண்டவர், இதற்காகத் தன்னுடன் பணிசெய்பவர்களிடம் பலவிதப் பேச்சுவார்த்தை நடத்தினார். அவர்கள் எல்லோரும் இவருக்கு ஏதோ பித்து பிடித்துவிட்டது என்று நம்ப ஆரம்பித்தார்கள். ஆனால் தன்னுடைய தலைப்பில் எந்த விதப் பிரச்சனையும் இல்லை எனவும், தன்னால் அதனை நிரூபிக்கமுடியும் என்று உறுதியாகச் சொன்னார். தான் அடுத்த மூன்றுமாதக் காலம் தூங்கச்செல்வதாகவும், முழித்தவுடன் அதற்கான சிறிய விடை கிடைக்குமென்று உறுதியாகச் சொன்னவர், தூங்குவதற்காகத் தன் அறையை ஒளியின் சிறுக்கீற்று கூட நுழைந்துவிடாத அளவுக்கு முழுவதும் கருப்பு நிற வண்ணத்தால் அலங்கரித்தார். தலையணைப் போர்வை என ஒவ்வொன்றையும் கருப்பு வண்ணத்தில் தேர்ந்தெடுத்துக்கொண்டார். தன்னுடைய அருகில் நாட்குறிப்பேடு, பேனா போன்றவற்றையும் வைத்துக்கொண்டார். தூங்கத் தொடங்கிய முதல் இரண்டு நாள்கள் மிகவும் கடினமானதாகவும், குழப்பமானதாகவும் இருந்தது. தூங்குவது என்பது அவ்வளவு கடினமானதா? எவ்வளவு நாட்கள் எந்த வித வேலையும் செய்யாமல் இருந்திருக்கிறோம். ஆனால் தற்போதுத் தூங்குவது என்பது ஏன் இவ்வளவு கஷ்டமாக இருக்கிறது. ஆராய்ச்சியினால்

ஏற்பட்ட குழப்பமா? அல்லது தான் தொடக்கூடாத ஏதேனும் விஷயத்தை மூளைக்குள் ஏற்றிக்கொண்டோமா? என்ன நிகழ்ந்தாலும் தன்னுடைய ஆராய்ச்சியின் விதையை எந்த நொடியிலும் நழுவவிட்டுவிடக்கூடாது என்பதில் உறுதியாக இருந்தார். எல்லா நிகழ்வுகளுக்கும் நிச்சயம் ஒரு தொடக்கம் இருந்தாகவேண்டும் எனவே தன்னுடைய முதல்கேள்வியாக சாபத்தின் தொடக்கம் எங்கு நிகழ்கிறது எனத் தன்னுடயை நாட்குறிப்பில் குறித்துக்கொண்டார். அதற்கான விடைகளை எவ்வளவு வழிகளில் யோசித்துப்பார்த்தாலும் அது தன்னைவிட்டு விலக்கிக்கொண்டே சென்றது. ஆனால் இந்தச் சாபம் என்கிற வார்த்தைத் தன்னுடைய வாழ்க்கையில் மிகப்பெரிய இடத்தை வகித்திருக்கிறது என்பதில் மட்டும் அவருக்கு எந்தவிதச் சந்தேகமும் இல்லை. இவ்வளவுக் குழப்பங்களும் வேண்டாம் என்று கண்களை மூடிக்கொண்டவரின் கண்களுக்குள் சிவப்புநிறம் அலைந்துகொண்டிருந்தது. எப்படியாவது அதைக் கருப்புநிறமாக மாற்றிவிடவேண்டும் என்று அவர் எவ்வளவோ முயற்சி செய்தும் முடியாமல் போகக் கண்ணைத் திறந்து பார்க்க, தூரத்தில் எங்கோ கடல் அலையடிக்கும் சத்தம் கேட்டது. அவருக்குள் ஏதோ உணர்வு ஏற்பட, சிறுவயதில் தன்னுடைய அப்பா கூறிய அந்தக் கதை அவர் நினைவுகளிலிருந்து வெளியே கசிய ஆரம்பித்தது.

***

மேலுலகத்தில் ஒரு நாள் சாபத்தின் தலைவனுக்கும், வரத்தின் தலைவனுக்கும் சாபத்தையும், வரத்தையும் வழங்குவது யார்? அதை ஏற்றுக்கொள்வது யார்? என்பது தொடர்பாகக் காரசாரமான விவாதம் நடைபெற்றது. வானத்திலிருந்த அத்தனை தேவாதி தேவர்களும், அரக்கர்களும் அவர்களிடம் எவ்வளவோ பேச்சுவார்த்தை நடத்தியும் அதற்கானத் தீர்வை எட்டமுடியவில்லை. இவ்வளவுக் குழப்பத்திற்கும் இடையில் அந்தக் கூட்டத்தின் நடுவே மெல்லிய உருவம் கொண்ட ஒருவன் உள்ளே நுழைந்தான். முதலில் யாரிடம் பேச்சுவார்த்தை நடத்தலாம் என்று யோசித்தவனாகச் சாபத்தின் தலைவன் அருகில் சென்று,

“சாபத்தின் தலைவனே ஏன் உங்களுக்கு இவ்வளவு பெரிய குழப்பங்கள், சாபம் என்பது வாழ்வின் ஒரு பகுதி என்பது உங்களுக்குத் தெரியாமல் இருக்காது என்று நினைக்கிறேன்.”

"சாபம் வாழ்வின் ஒரு பகுதி என்பதில் எந்த விதக் குழப்பங்களும் இல்லை மானிடனே. ஆனால் அதன் அளவு எவ்வளவு என்பதில் தான் இவ்வளவு குழப்பமும். நான் ஏற்றுக்கொள்ளத் தயாராகத்தான் இருக்கிறேன். ஆனால் வரத்தின் தலைவனுக்கு எங்கே அளவுக்கு அதிகமாகச் சாபத்தினை வழங்கியும், ஏற்றும் நான் அவரின் நிலையை விட உயர்ந்துவிடுவேனோ என்று ஒரு குழப்பம். அதனால் இங்கு அவன் ஒரு கலகத்தினை உருவாக்கிவிட்டு நகர்ந்துவிட்டான். இவர்களுக்கு ஏற்படும் குழப்பத்தைத் தீர்ப்பது என்பது மிகப்பெரிய வேலையாக எனக்கு இருக்கிறது. நான் சாபத்தின் விதைகளைச் சிறுவயதிலிருந்தே ஒவ்வொரு நொடியாக வளர்த்து வந்திருக்கிறேன். அதன் ஒவ்வொரு நொடியிலும் நான் அடைந்த அதிர்வுகளை உனக்கு விளக்குவது என்பது என்னால் முடியாத காரியம். ஆனால் அதன் வேர்களின் பாய்ச்சலை விரும்பாத வரத்தின் தலைவன் அதனை வெட்டிவிடத் துடிக்கிறான். எங்கு சாபத்தின் வேர்கள் அதிகமாகித் தன்னை மக்கள் மறந்துவிடுவார்களோ என்று நினைக்கிறான். அதனால்தான் இவ்வளவு குழப்பம்."

"சரி, ஒரு நிமிடம்பொறுங்கள் நான் அவரிடம் சென்று பேசி வருகிறேன்", என்று சொல்லி அருகிலிருந்த வரத்தின் தலைவனருகே சென்று, "வரத்தின் தலைவனே ஏன் உங்களுக்கு இவ்வளவு பதட்டம். சற்று பொறுமையாக இந்த விஷயங்களை நாம் ஏன் பேசித் தீர்க்கக்கூடாது."

"பேசித் தீர்ப்பதற்கு இன்று நேற்றுப் பிரச்சனை இல்லை மானிடனே. இது காலம்தோறும் எங்களுக்குள் இருந்து வரும் மிகப்பெரிய போர். மகாபாரதப்போரை விட மிகவும் பழமையானது, இதற்கான தீர்வு என்பது எங்களில் ஒருவர் இறப்பில் மட்டுமே சாத்தியமாகும். சாத்தியத்தின் எல்லாப் பக்கங்களிலும் அது மட்டும்தான் தீர்வாக இருக்கிறது. நான் வேறேதும் விடைகள் இருக்கிறதா என்று இந்த உலகத்தின் அறிஞர்களிடமும் முதியோர்களிடம் கலந்துரையாடிவிட்டேன். அவர்கள் சொல்வதெல்லாம் ஒன்றுதான், நான் நிம்மதியாக வாழ்வதற்கான ஒரே வழி சாபத்தின் தலைவனைக் கொல்வது என்பதுதான். ஆனால் எனக்கு இருக்கும் குழப்பம் என்பது வரத்தின் தலைவனான நான் ஒருவனைக் கொலை செய்யும்பட்சத்தில், சாபத்தின் பக்கத்தில் சென்று விடுவேன் என்பதுதான். அதனைத் தவிர்ப்பது என்பதுதான் இன்று என் முன்னால் மிகப்பெரிய சவால். அப்பொழுதான் எனக்கு

ஒன்று தோன்றியது இந்த உலகில் சாபத்தின் தலைவனாவதற்கு அனைவருக்கும் அடியாழத்தில் ஒரு ஆசை இருக்கிறது."

"இவ்வளவு புரிந்த நீங்கள் ஏன் இதனைச் சுமூகமாகத் தீர்த்துக் கொள்ளக்கூடாது."

"தீர்வுகள் எல்லாமே எப்போதும் மீண்டும் வேறொரு துவக்கத்தை ஆரம்பித்துவிடும் என்பது உனக்குப் புரியும் என்று நினைக்கிறேன்."

"நீங்கள் சொல்லவருவது?"

"ஆம். நான் அவனைக் கொன்றால் நிச்சயம் நானும் சாபத்தின் தலைவனாக முடி சூடிக்கொள்வேன். அந்த உலகம் சாபம் கொடுப்பவர்களால் சூழப்படும். ஏன் என்றால் வரத்தைத் தருவதை விட சாபத்தினைக் கொடுப்பதும், ஏற்றுக்கொள்வதும் எளிதான விஷயம். சாபத்தினை ஏற்றுக்கொள்ளும் பட்சத்தில் அடுத்தவர்கள் பற்றி நாம் எந்தக் கவலைகளும் கொள்ளவேண்டியதில்லை. தங்களின் சாபக் கணக்கை அதிகரிப்பது மட்டும் அவர்கள் முன்னால் உள்ள சவால். வரத்தினைக் கொடுப்பது என்பது ஒவ்வொரு மனிதனையும் மிகவும் பராமரிப்பது ஆகும். அந்தப் பராமரிப்பது மிகவும் பாரமானதும் கூட. அதனால் நான் ஒரு முடிவு செய்துவிட்டேன்."

"என்ன முடிவு?"

"என்னை நானே கொலை செய்துகொள்ளப்போகிறேன்."

"ஏன்?"

"சாபத்தின் தலைவனாக வாழ்வதென்பது எவ்வளவுக் கஷ்டம் என்று என்னால் புரிந்துகொள்ள முடிகிறது. என்னுடைய தலையில் ஓடும் எண்ணங்கள் கல்லில் இருந்து மாபெரும் மலையாக வளர்ந்துகொண்டே இருக்கிறது. அதன் பாரங்களைத் தாங்க என்னால் முடியவில்லை."

"தயவுசெய்து அப்படி எதுவும் செய்துவிடாதீர்கள். நான் அவரிடம் பேசிவருகிறேன்" என்று சாபத்தின் தலைவனை நோக்கி ஓடினான்.

வரத்தின் தலைவன் சொன்னவற்றையெல்லாம் விவரித்துச் சொல்ல சாபத்தின் தலைவன் கடகடவெனச் சிரிக்க ஆரம்பித்தார். அவன் மிகவும் குழம்பிப்போய்.

"ஏன் நீங்கள் இப்போது சிரிக்கிறீர்கள்?"

"வரத்தின் தலைவனுக்கே இவ்வளவு குழப்பமென்றால் அவர் வரம் கொடுத்த மனிதர்களை நினைத்தேன். அவனை விட நான் குழம்பிப்போய்கிடக்கிறேன். வரத்தைக் கொடுப்பது அவ்வளவு எளிதுதான். ஆனால் சாபத்தை ஏற்றுக்கொள்வது என்பது குத்திய முள் காலிலிருந்து வெளிவராமல் நடக்கும் ஒவ்வொரு அடியிலும் தன்னுடைய இருப்பை உறுத்திக்கொண்டிருப்பதைப் போன்றது. பனையோலையின் குறுத்துகள் கீறியது போன்று அதன் எரிச்சல் விடுவதில்லை. சாபத்தினைக் கொடுப்பது என்பது ஒருவழியில் நிம்மதிதான் என்றாலும் அதனால் மனிதன் அடையும் துன்பங்களையும், கொடூரங்களையும் என்னால் பார்க்கமுடியவில்லை. ஒவ்வொருவரின் சாபத்திலிருந்தும் ஒரு நுண்ணிய கிருமி என்மேல் ஒட்டிக்கொண்டு என் உடலை ரணப்படுத்துகிறது. நீ அதைக் கொஞ்சம் பாரேன்", என்று தன் அங்கவஸ்திரங்களை எல்லாம் திறந்து காண்பிக்க அவர் உடலெல்லாம் செதில் செதிலாக பாம்புச் சட்டையின் மேல்புறத் தோல் போல் இருந்தது. அதனைப் பார்த்தவன் சற்று அதிர்ச்சியடைந்து கீழே விழப்போக, சாபத்தின் தலைவன் அவனைக் கைத்தாங்கலாகப் பிடித்து நிறுத்தினார். ஏறக்குறைய மயங்கிய நிலையில் இருந்தவனைத் தன்னுடைய ஆசனத்தின் அருகில் உட்காரவைத்து, அவன் முகத்தில் தண்ணீரைத் தெளித்தார். சிறிது நேரம் கழித்து முழித்துப் பார்த்தவன் எதிரே சாபத்தின் தலைவன் முழு ஆடையுடுத்தி, சந்தன மணம் கமழ நின்றுக் கொண்டிருந்தார். அவனைப் பார்த்து

"அதன் புண்களைப் பார்த்த உனக்கே இப்படியென்றால், அதனைச் சுமந்து திரியும் என்நிலையை சற்றேனும் யோசித்துப்பார்."

"இப்பொழுது புரிகிறது தங்களின் வேதனை. நீங்கள் இப்போது என்ன முடிவெடுத்துள்ளீர்கள்?"

"என்னை நானே கொலை செய்துகொள்ளலாம் என்று இருக்கிறேன்."

"நீங்களுமா?"

"ஆமாம் அது மட்டும்தான் இந்தத் துன்பத்தில் இருந்து நான் வெளியேறுவதற்கான ஒரே வழி."

“தன்னைத்தானேத் தற்கொலை செய்துகொள்ளாமல் இந்த உலகத்தின் துன்பங்களில் இருந்து நாம் வெளியேறுவதற்கு வாய்ப்பே இல்லையா?”

“இருக்கிறது என்று நினைக்கிறேன். எனக்காக ஒரு நிமிடம் வரத்தின் தலைவனை இங்கு அழைத்து வருகிறாயா?”

ஆச்சரியம் அடைந்தவன் உடனே அங்கிருந்து கிளம்பி ஓட்டமும் நடையுமாக வரத்தின் தலைவனிடம் சென்று, சாபத்தின் தலைவன் சொன்னவற்றை எல்லாம் சொல்லி அவரையும் அழைத்துக்கொண்டு வந்தான். வரத்தின் தலைவனுக்குச் சாபத்தின் தலைவனைப் பார்த்ததும் அவரறியாமல் கண்களிலிருந்து தாரை தாரையாக கண்ணீர் கொட்டியது. சாபத்தின் தலைவனுக்கும் தன்னையறியாமல் கண்ணீர் வழிந்தோட, இருவரும் அருகருகே நின்று ஒரு வார்த்தையும் பேசாமல் பார்த்துக்கொண்டே நின்றனர். இருவரின் தூதுவனுக்கோ எதுவுமே புரியாமல் மாறி மாறி இருவரையும் பார்த்துக்கொண்டிருக்க அவனுடையக் கண்களிலிருந்து கண்ணீர் கரைந்தோடியது. மூவரும் முக்கோணத்தில் மூன்று பாகங்களாய் நின்று ஒரு வார்த்தையும் பேசாமல் அழுதுகொண்டே இருக்க, அவர்களைச் சுற்றி மெல்லக் குளம் ஒன்று உருவாக ஆரம்பித்தது. ஒரு நாள், இரண்டு நாள் என அந்த அழுகை கூடிக்கொண்டே சென்று முடிவிலாப் பல யுகங்கள் நகர்ந்துகொண்டே இருந்தது. தேவாதி தேவர்களும், அரக்கர்களும் அதன் கண்ணீரை அடக்கமுடியாமல் தாங்களும் கண்ணீர் விட அங்கு மாபெரும் கடல் ஒன்று உருவாக ஆரம்பித்தது. அதனால்தான் கடற்கரைகள் எல்லாம் சாபத்தைப் போக்கும் இடமாகவும், வரத்தை அளிக்கும் இடமாகவும் இருக்கின்றது என்று சொல்லி அப்பா அந்தக் கதையை முடித்தார்.

***

உணர்ச்சிப் பெருக்கெடுத்தவராகத் தன்னுடைய அறையின் விளக்குகள் எல்லாவற்றையும் ஏற்றியவர், அந்தக் கதையை ஒருவரி கூட சிதறாமல் தன்னுடைய நோட்டில் எழுதிக்கொண்டார். இந்தக் கதைக்குள்தான் தன்னுடைய ஆராய்ச்சிக்கான விடை இருக்கிறது என்று அவருக்குத் தோன்றியது. தன் ஆராய்ச்சிக்கான முதல் விதை மிகவும் நன்றாகவே விழுந்திருப்பதாகத் தோன்ற கண்ணை மூடித் தூங்க ஆரம்பித்தார். மீண்டும் அவர் விழிப்பதற்கு இரண்டு நாட்கள் ஆகியது. இரண்டு நாட்களுக்கு இடையிலும் ஒரு கவிதை

அவர் கனவில் வந்துகொண்டே இருந்தது. அந்தக் கவிதையைத் தன்னுடைய முகப்புத்தகப் பதிவுகளில் என்றோ பார்த்த ஞாபகம் உறுத்திக்கொண்டே இருந்தது. அந்தக் கவிதையைக் கண்டுபிடிக்கும் பட்சத்தில் தன்னுடைய ஆராய்ச்சிக்கு மிகப்பெரிய தூணாக அது இருக்கும் என்று நினைத்தார். உடனே தன்னுடைய கணிணியை இயக்கி முகப்புத்தகத்தில் இதுவரை வந்த எல்லாப் பதிவுகளையும் தேடித் துளாவினார். ஒரு மணி நேரத் தேடலுக்குப் பிறகு அந்தக் கவிதை அவர் கண்ணில் பட்டது.

சாபத்தைத் தழுவிக்கொண்டவனின்
பாதங்கள்
நிலத்தை ஒவ்வொரு சுவடு வைக்கையிலும்
எரியச் செய்கின்றன.

- பாலைநிலவன்

இதுதான் இதுவேதான் தான் தேடிக்கொண்டிருந்த அந்த நான்கு வரிகள். அவற்றினைத் தன்னுடைய நோட்டில் எழுதிக்கொண்டவர் ஒவ்வொரு வரிக்கும் எதேனும் மறைபொருள் இருக்கிறதா என யோசிக்க ஆரம்பித்தார். ஆனால் அப்படி ஏதேனும் தட்டுப்படவில்லை ஆனால் அந்த ஒற்றை வரி அவரைத் தொந்தரவு செய்ய ஆரம்பித்தது. “சாபத்தைத் தழுவிக் கொண்டவன்.” உண்மையில் இந்த நூற்றாண்டில் சாபத்தை ஏந்திக்கொண்ட மனிதர்கள் இருக்கிறார்களா? அப்படி இருக்க ஏதேனும் வாய்ப்பிருக்குமா? என்று யோசித்தவர் உடனே தன்னுடைய முகப்புத்தகத்தில் “சாபத்தினால் பீடிக்கப்பட்டவர்கள் இந்த மின்னஞ்சலுக்கு உங்களின் சாபத்தினைப் பற்றிய விபரத்தினை விலாவரியாக எழுதி அனுப்பவும்” என்று இதற்காக உருவாக்கிய மின்னஞ்சலை சேர்த்து அனுப்பினார். அவர் அனுப்பிய அந்த தகவலுக்கு முகப்புத்தகத்தில் எழுந்த கிண்டல்களும் கேலிகளும் அவருடைய தூக்கத்தை மீண்டும் பறித்துக்கொண்டது. தன்னுடன் பணிபுரிவர்களின் கேலிக்கு ஆளானதோடு மட்டுமல்லாமல் இப்போது தான் இந்நகரத்தின் கேலிக்கும் ஆளானதை நினைத்து அவருக்குச் சங்கடமாக இருந்தது. சோர்வின் உச்சத்தில் இருந்தவர்க்கு ஆச்சரியமாக மின்னஞ்சலில் சாபம் பெற்றவர்கள் அனுப்பிய குறிப்பு வந்துகொண்டே இருந்தது. அவர் நினைத்துப் பார்க்காத அளவிற்குப் பதில்வினை இருக்க, தன்னுடைய கவலைகளை எல்லாம் மறந்து அவற்றை வாசிக்க ஆரம்பித்தார். அவைகள் பெரும்பாலும் கல்யாணம்

ஆகாதவர்களின் புலம்பல்களும், ஜோசியர்களின் ஏமாற்றுத் தனத்தினைப் பற்றிய கதைகளாகவும் நகர்ந்துகொண்டே சென்றது. ஏன் தான் இப்படி ஒரு அஞ்சலை குடுத்தோம் என நினைத்துக்கொள்ளுமளவுக்கு மொத்தக் கதைகளாகவும் அவை மட்டுமே இருந்தது. மொத்தவற்றையும் தேர்வு செய்தவர் அவற்றை எல்லாம் நீக்கிவிட்டார். பின் தன் அனுபவத்திலிருந்தும், கேட்டக் கதைகளிலிருந்தும் அவற்றை எடுத்து ஒரு தொகுப்பாகத் தன் நாட்குறிப்பில் எழுதிக்கொண்டார்.

***

நான் கேட்ட புராணங்கள் முழுக்கச் சாபம் ஏறியவர்கள் பாறைகளாகவோ, மரமாகவோ அல்லது வேறு உருவிலோ அலைகின்றனர், அதற்கான ஆதிக்காரணம் என எவ்வளவோ நான் யோசித்துப்பார்த்தும் அதற்கான காரணமாக நான் கண்டடைந்தவைகள் சாபம் பெற்றவர்கள் அனைவரும் மீண்டும் தன் இயற்கை மனித நிலைக்கு (குகை மனிதன்) சென்றடைய விரும்புகின்றார்கள். அந்த நிலை என்பது உண்மையில் நன்மையா? தீமையா? அல்லது நம்மை நாம் சமாதானப்படுத்திக்கொள்ளும் உணர்வு நிலையா?

சாபத்தின் முதற்புள்ளி எங்கு துவங்குகிறது? அது நம்முடைய குழந்தைப்பருவமாகத்தான் இருக்க வேண்டும். உடலின் மச்சங்கள் ஏன் சாபம் ஏறியதற்கான விளக்கமாக இருக்கக்கூடாது? மச்சங்களின் வடிவங்கள் நம் சாபத்தின் அளவுகோலா? ஏன் மச்சங்கள் எல்லாம் ஒரே மாதிரி இருப்பதில்லை? மச்சங்கள்தான் உண்மையில் சாபத்தின் விளக்கம் எனில் அதன் தொடக்கம் இரவு உடலை சேரும் இரு உயிர்களில் ஒரு உயிர் ஏற்கனவே சாபத்தின் சுவடுகளைத் தன்னுள் உள்ளே ஏற்றிக்கொண்டவர்களா? ஒவ்வொருக் குழந்தையின் முதல் இதய துடிப்பிற்கு முன்னால் சாபம்தான் துடிக்க ஆரம்பிக்கிறதா? ஒவ்வொரு விந்தின் தொடக்கமும் அறிவியலின் குரோமசோம்களைத் தாண்டிக் கண்ணுக்குத்தெரியாத சாபங்களை சுமந்து செல்கிறதா? எல்லாக் குழந்தைகளும் சாபத்துடன் தான் பிறக்கிறதா?

***

அறிவியல் உலகில் நிரூபணவாதம் மட்டுமே வெற்றியாக ஏற்றுக்கொள்ளப்படும். சாபத்தினைப் பற்றிய தன் ஆராய்ச்சிகள்

எல்லாம் வெறும் குறிப்புகளாகக் குவிவதைக் கண்டவருக்கு தான் அடுத்துச் செய்யவேண்டிய வேலை என்ன என குழம்பிக்கொண்டிருக்கையில் அவரின் மின்னஞ்சல் முகவரிக்கு ஒரு கடிதம் வந்தது. அதில் இருந்த சிறுகுறிப்பு "நானும் தங்களைப்போல் ஒரு ஆராய்ச்சியினை மேற்கொண்டு வருகிறேன் ஆனால் குறிப்புகளால் அல்ல ஒரு மனித உடலுடன்" என்று இருக்க, தன் பெயர் தர்மன் என்றும் அதற்குக் கீழே அவருடைய அலைபேசி எண்ணும் இருந்தது. உடனே தன்னுடைய போனிலிருந்து அவருக்கு அழைக்க,

"வணக்கம் வசுமித் உங்கள் அழைப்பிற்காகத்தான் நான் காத்திருக்கிறேன்."

"வணக்கம் தர்மன், உங்கள் கடிதம் போன்ற ஒன்றிற்காகத்தான் நானும் காத்திருந்தேன். எப்பொழுது இந்த ஆராய்ச்சியை நீங்கள் துவக்கினீர்கள்? எந்த அறிவியல் கோட்பாட்டில் உங்கள் ஆராய்ச்சி நடைபெற்றுக்கொண்டிருக்கிறது."

"வசுமித். நான் செய்வது எந்த அறிவியல் ஆராய்ச்சிக்குள்ளும் வராது. நான் செய்வது என் உள்ளுணர்வில் மேல் நின்று. அதை நிரூபிக்க அறிவியலும் தேவையில்லை. என்னுடைய உணர்வே போதுமானது. நான் இந்த ஆராய்ச்சியைத் தொடங்கிய கதை உங்களுக்கு தேவைப்படுகிறதா?"

"ஆம்."

"எல்லா மனிதர்களின் நாட்களினைப் போலவே என்னுடைய நாட்களும் ஒவ்வொன்றாகக் கழிந்துக்கொண்டிருந்தது. அப்போது ஒரு நாள் மாலை நான் வேலை முடித்துக்கொண்டு வரும்போது ரோட்டில் ஒருவன் நின்று, "அய்யா நான் சாபம் பெற்றவன் என்னை எப்படியாவது அந்தச் சாபத்திலிருந்து விடுவியுங்கள்", என்று தன்னைத்தானே விளம்பரம் செய்துகொண்டிருந்தான். மக்களுக்கெல்லாம் அவன் வேடிக்கையான பொருளாக நின்றுகொண்டிருக்க, நானும் அவனை வேடிக்கையாகப் பார்த்துவிட்டு வீடு வந்து சேர்ந்துவிட்டேன். ஆனால் அன்று இரவு முழுவதும் என்னால் துளி அளவுகூட உறங்கமுடியவில்லை. அவனின் அலறலும், சாபம் என்கிற வார்த்தையும் என்னை முழுவதுமாக ஆக்கிரமித்திருந்தது. நான் எந்தப் பக்கமும் திரும்பினாலும் அவன் வார்த்தைகள் எதிரொலித்துக்கொண்டே

இருந்தது. மறுநாள் காலை விடிந்ததுமாக அவன் நின்ற இடத்திற்குச் சென்றேன். அவன் அதே இடத்தில் நின்று அதே வார்த்தைகளைத் திரும்பத் திரும்ப உச்சரித்துக்கொண்டே இருந்தான். நான் அவனிடம் சென்று "உன்னுடைய சாபங்களை நான் விடுவிக்கிறேன் என்னுடன் வருகிறாயா?" என்று கேட்டேன். அவன் பதிலேதும் சொல்லாமல் என் பின்னால் நடக்க ஆரம்பித்தான். என்னுடைய அறைக்கு அழைத்துவந்து அவனுக்கு உணவளித்துவிட்டு "இன்று ஒரு நாள் நன்றாக ஓய்வெடுத்துக்கொள் நாளை காலை முதல் நாம் தொடங்கிவிடலாம்" என்று சொல்லிவிட்டுப் பணிக்குச் சென்றுவிட்டேன். ஆனால் அலுவலகத்தில் ஒரு நிமிடம் கூட என்னால் இருக்கமுடியவில்லை. உடனே விடுப்பு எடுத்துக்கொண்டு என்னுடைய வீட்டிற்கு வந்தேன். அவன் வீட்டின் மூலையில் எந்த வித உணர்ச்சியும் வெளிக்காட்டாமல் அமைதியாக உட்கார்ந்திருந்தான். வீட்டுக்குள் நுழைந்ததும் என்னால் ஒரு அழுத்தத்தை உணரமுடிந்தது. அது நிச்சயம் சாபத்தினை வாங்கியவனின் அழுத்தம் என்பதைப் புரிந்துகொண்டேன். உடனே என்னுடைய அலுவலகத்திற்குப் போன் செய்து மூன்று மாதகால ஓய்வு வேண்டும் என்று சொல்லிவிட்டு, ஆராய்ச்சியைத் தொடங்கினேன். ஆராய்ச்சி என்றால் அவன் உடலை பரிசோதிப்பதோ, இல்லை அவனிடம் கேள்விகளைக் கேட்பதோ அல்லாமல் அவன் அருகே நான் உட்கார்ந்துகொண்டேன். ஒரு வாரம் அவன் எந்த வார்த்தையும் பேசவில்லை. மூன்று வேளை நன்றாகச் சாப்பிட்டான், நன்றாகத் தூங்கினான். ஒரு வாரம் கழித்து தன்னுடைய உடலுக்குள் இருந்து வேர் ஒன்றினை எடுத்து என் கையில் வைத்தான். பார்ப்பதற்கு விரல் அளவுகூட இல்லாத அந்த வேரை நான் பார்த்துக்கொண்டிருக்க, மெல்ல மெல்ல அது என்னை அதனுள் இழுத்துக்கொண்டுவிட்டது. உள்ளே செல்லச் செல்ல பல சாத்தியப்பாடுகளும், பலவித வழிகளும் திறந்துகொண்டே இருக்க, என்னுடைய ஆராய்ச்சிக்கான அடிப்படையை நான் புரிந்துகொண்டேன். அப்போதுதான் அவனின் கண் இமைகள் மூடவே இல்லை என்பதும், அவன் தூங்கும்போது கூட இமைகள் திறந்தேதான் இருந்தது என்பதையும் கவனித்தேன். அவன் கண்ணை மூடும் பட்சத்தில் நம் இருவரின் ஆராய்ச்சிக்குமான விடைகிடைக்கும் என்று நம்புகிறேன். அவனிடம் இருந்து நான் எடுத்த வேர்களை நீங்கள் கண்டிப்பாகப் பார்க்கவேண்டும் வசுமித். அந்த வேரில் நீங்கள் ஒருமுறை பயணம் செய்து பார்க்கவேண்டும்."

"நாளை காலை உங்கள் இடத்திற்கு வருகிறேன் தர்மன். உங்கள் அட்ரஸ்ஸை ஒரு எஸ்.எம்.எஸ் செய்துவிடுங்கள்."

"இப்பொழுதே அனுப்பிவிடுகிறேன். நன்றி வசுமித். நாளை சந்திப்போம்."

மறுநாள் தர்மன் அனுப்பிய முகவரிக்குச் சென்று சேர்ந்தார் வசுமித். அவர் கற்பனையிலிருந்த எந்த வடிவத்திற்குள்ளும் அந்த வீடு இடம்பெறவில்லை. மிகவும் பிரமாண்டமான மாளிகையும், வாசற்கதவுகள் எல்லாம் தானியங்கி பொருத்தப்பட்டிருந்தது. எல்லாவற்றையும் கடந்து வீட்டின் உள்ளே செல்ல, தர்மன் எதிரே நின்றுக்கொண்டிருந்தார். இருவரும் கைகுலுக்கிக்கொள்ள மாடிப்படியேறி அவனைப் பார்த்தனர். அவன் எந்த வித உணர்ச்சிகளையும் காட்டாதவனாக, கண் இமைகளை மூடாதவனாக உட்கார்ந்துகொண்டிருந்தான். வசுமித் அவன் அருகே சென்று அவன் கையைப் பிடித்துப் பார்க்க அது லேசாகத் துடித்துக்கொண்டிருந்தது. பின் தர்மனைப் பார்த்து, "நான் இவரை என்னுடைய ஆராய்ச்சிக்கு அழைத்துக்கொண்டு செல்லட்டுமா?", என்று கேட்க, "தனக்கு அதற்கு எந்த வித ஆட்சேபனையும் இல்லை என்றும், விடைதான் நமக்கு முக்கியம்", என்று சொல்லி அனுப்பிவைத்தார்.

தன்னுடைய வீட்டின் ஒரு அறையைச் சகல வசதிகளுடன் அவனுக்கு ஏற்பாடு செய்துகொடுத்துவிட்டு அவனுக்குத் தேவையான எல்லாவற்றையும் பார்த்துக்கொண்டார். அவனைக் காலையிலிருந்து மாலை வரை பார்த்துக்கொண்டே இருப்பது மட்டுமே அவருக்கு வேலையாய் இருந்தது. அவ்வப்போது தர்மனும் வந்து பார்த்துச் செல்வார். சில வாரங்கள் கழித்தபின் அவருக்குத் தருமன் கூறிய வேரின் ஞாபகம் வர, அவனை நெருங்கி வேர் இருக்கிறதா எனக் கேட்டார். தன் வயிற்றுக்கு அடியிலிருந்து மற்றொரு வேரை அவருக்கு எடுத்துக்கொடுத்தான். இது மட்டும் அவனுக்கு எப்படிப் புரிகிறது எனக் குழப்பமடைந்தவராகத் தர்மனுக்கு போன் செய்து நடந்தவற்றைச் சொல்ல, "அது மட்டும் அவனுக்குப் புரிகிறது. அந்த வேர்தான் அவனின் அடித்தளம். அந்த வேரை நாம் ஆராயும் பட்சத்தில் நிச்சயம் அவன் யார் என்று கண்டுபிடித்துவிடலாம்", என்று தர்மன் சொல்ல, நம்பிக்கை அடைந்தவராகத் தன்னுடைய அறைக்கு அந்த வேரை எடுத்துவந்தார். உடனே தன்னுடன் பணிபுரியும் நண்பரிடமிருந்து

நுண்ணோக்கி கருவியை வாங்கி வந்து வேரை ஆராய்ச்சி செய்ய ஆரம்பித்தார்.

***

சாபத்தின் வேர்களைக் கண்டுபிடிப்பதற்கான ஆயத்தப் பணிகளைத் துவக்கினார். வேரிலிருந்து கம்பளம் ஒன்று உருவாகி அதன் நூல்கள் ஒவ்வொன்றாகப் பிரிந்து மற்றொரு கம்பளமாக விரிந்து பறந்து செல்ல, தானும் ஒரு கம்பளத்தில் ஏறிக்கொண்டு பறந்து சென்றார். வேரின் நுனிகள் தெரிந்ததும் அவரை அறியாமல் மனம் சந்தோசம் அடைய, அதன் அருகில் சென்றார். அருகில் சென்று பார்த்ததும்தான் தெரிந்தது பல ஆயிரம் வேர்களில் சற்று பெரிய வேர் அது என்று. வேர்கள் கணக்கிடமுடியாத அளவிலானவையா? நிச்சயம் கணக்கிடமுடியும் என்று நினைத்தவராக அந்தப் பெரிய வேரினை நோக்கித் தன் பயணத்தைத் துவக்கினார். பயணத்தின் வேர்கள் உள்ளே செல்லச் செல்ல அதன் முடிச்சுகள் ஒவ்வொன்றாக இறுகிக்கொண்டு வருவதையும், இறுகிய முடிச்சுகள் வெடித்துச் சிதற அதிலிருந்து மேலும் பல வேர்கள் கிளம்புவதையும் அறிந்தார். இதற்கு மேல் தன்னால் தாங்கிக்கொள்ள முடியாது என நினைத்தவராக அங்கிருந்து கிளம்பினார். ஆனால் அவர் அங்கிருந்து கிளம்பிய நேரமும் அவர் கம்பளத்தின் நூல் ஒன்று இன்னொரு வேரொன்றில் சிக்கிகொண்டதும் நடந்தது. அதன் வேர்கள் அந்தக் கம்பளத்தை இழுத்துக்கொண்டு செல்ல அவர் தன்னால் எதுவும் செய்யமுடியாது எனவும் மேலும் அதன் பாதையைப் பின்தொடர ஆரம்பித்தார். உள்ளே செல்லச் செல்ல காற்றில் ஆடிக்கொண்டிருந்த வேர்களைப் பார்க்க ஆரம்பித்தார். பாலோ நடனத்தின் அசைவுகளை ஒத்த அதன் நடனம் அவருக்கு ஆச்சரியமாக இருந்தாலும் அதன் அசைவுகளில் மர்மம் ஒன்றிருப்பதை உணர்ந்தார். கீழே செல்ல அதன் வேர்களின் நடனம் முற்றிலும் குறைந்திருப்பதும். வேர்கள் இறுகிக்கொண்டு வருவதும் அவருக்குப் புரிய ஆரம்பித்தது. உள்ளே செல்ல செல்ல இறுகிய அதன் தடிமன் சுருங்கிக்கொண்டு வருவது அவர் நினைத்ததை விடவும் மிக மெல்லியதாக இருந்தது. அவர் ஏறக்குறைய அந்த வேரின் தொடக்கத்தை நெருங்கிவிட்டார் என்பதை உள்மனம் அறிவித்தது. வேர்கள் ஒரு நூல் அளவுக்கு மட்டுமே இருக்க, அவர் கம்பளம் வேர்களின் பிடியிலிருந்து நீங்கி அதனைச் சுற்றிப் பறக்க ஆரம்பித்தது. தான் மனிதர்களின்

சாபத்திற்கான வேர்களை கண்டுபிடித்துவிட்டதான சந்தோசத்தில் அவர் மிதந்துகொண்டிருந்த நேரத்தில்

“வாருங்கள் வசுமித்?”, என்று குரல் கேட்க, அதிர்ச்சியடைந்தவராக சுற்றும் முற்றும் பார்த்தார். மீண்டும் அதே குரல் கேட்க, புரிந்துகொண்டவராக அந்த வேர்களைப் பார்த்து “சொல்லுங்கள் ரூட்ஸ்?” என்றார் நக்கலாக,

“வேர்களைக் கண்டுபிடிப்பது என்பது அவ்வளவு எளிதில்லை என்பது தங்களுக்குப் புரியும்தானே?”

“நிச்சயமாகத் தெரியும் ரூட்ஸ்? ஆனால் நான் அதைக் கண்டுபிடித்து விட்டேனே?”

“கண்டுபிடித்துவிட்டீர்களா?” என்று அந்த வேர் சிரிக்க, எதுவும் புரியாதவராக,

“இப்போது ஏன் சிரிக்கிறாய். நான் தான் உன்னுடைய அடிவேரைப் பார்த்துவிட்டேனே. சாபத்தின் வேர்கள் மிக மெல்லியவை அல்லவா?”

“சாபத்தின் வேர்கள் மெல்லியவைதான் ஆனால் அந்த மெல்லியவைகளுக்குப் பின்னால் இருக்கும் விரிவை நீங்கள் பார்க்கவில்லை வசுமித்?”, என்ற ரூட்ஸ் தன் வேரை மெல்ல அசைக்க, அதன் கீழே ஒரு வெளிச்சம் போல் ஒளி வர அதனைப் பார்த்தவர்க்கு அதன் கீழும் வேர்கள் பரவிச் சென்றுகொண்டிருந்தது. அதிர்ச்சி அடைந்தவராக...

“நீ என்னை ஏமாற்றப் பார்க்கிறாய்! நிச்சயம் அது நான் மேலிருந்து பார்த்த வேர்களின் கண்ணாடி பிம்பத்தின் எதிரொளிப்புகள்”, என்றார்.

“நிச்சயம் இல்லை. உலக முழுவதும் சாபம் ஏன் கொட்டிக்கிடக்கிறது என்று என்றாவது யோசித்துப் பார்த்திருக்கிறீர்களா வசுமித்.”

“நானும் யோசித்துப் பார்த்திருக்கிறேன். ஆனால் அதற்கான காரணம்தான் என்னுடைய ஆராய்ச்சிக்குத் தூண்டுதலும் கூட.”

“நீங்கள் எவ்வளவு யோசித்தாலும் உங்களால் அதைக் கண்டுபிடிக்க முடியாது வசுமித். நீங்கள் இவ்வளவு நேரம் பயணம் செய்தது. என்னவென்று நினைக்கிறீர்கள்?”

“வேர்கள்தானே?”

“நன்றாகக் கொஞ்சம் உற்றுப்பாருங்கள்.”

வேர்கள் எல்லாம் கொஞ்சம் நெகிழ்ந்துகொடுக்க ஆரம்பிக்க, பயந்தவராகத் தன் கைகளை நழுவ விட்டார். இப்போது வேர்களுக்கான எந்த உருவமும் இல்லாமல் எல்லாம் வழுவழுவென்றும் மினுங்க ஆரம்பிக்க, அவைகள் எல்லாம் அசைய ஆரம்பித்தது. அப்போதுதான் அவருக்குப் புரிந்தது அவைகள் பாம்புகள் என்று. இந்த உலகில் உள்ள பாம்புகளின் மொத்தக் கூடாரமாய் அவை ஒன்றையொன்றுத் தழுவி, புரண்டுகொண்டிருக்க, புரியாதவராக அலறி வெளியேறினார் வசுமித்.

“என்ன வசுமித் இப்போது புரிந்ததா என்னவென்று?”

“போதும் உன்னுடைய மாயவிளையாட்டை நிறுத்துங்கள் ரூட்ஸ்? இதற்குமேல் என்னால் தாங்கமுடியாது?”

“இவைகளைத்தான் நீங்கள் அழைத்துவந்த மனிதன் சுமந்து கொண்டிருக்கிறான். அவன் பேசவேண்டிய வார்த்தைகளின் ஒவ்வொரு எழுத்துகளையும் இவைகள் பாதுகாத்து வைத்திருக்கின்றன. அவன் இவற்றையெல்லாம் என்று வெற்றி கொள்கிறானோ அன்றுதான் அவனால் உங்களுடன் சகஜமாக உரையாடமுடியும்.”

“இவ்வளவையும் அவனால் எப்படி வெற்றிகொள்ளமுடியும்?”

“நிச்சயம் முடியும். நீங்கள் செய்யவேண்டியதெல்லாம். அந்தப் பாம்பின் பாதையைப் பின் தொடர்ந்து செல்வது மட்டுமே? அவை உங்களை அவனுடைய அடிவேருக்கு அழைத்துச் செல்லும். அப்போது தெரியும் அவன் யாரென்று.”

***

அதிர்ச்சியடைந்தவராக நுண்ணோக்கியிலிருந்து தன் முகத்தை வெளியில் எடுத்தவர் அவனைத் திரும்பிப் பார்த்தார். அப்போதுதான் கவனித்தார் அவனின் நாக்கு வெளியே நீட்டிநீட்டி வந்துகொண்டே இருந்தது. இப்போது அவருக்கு ஓரளவுக்குப் புரிந்ததுபோல இருந்தாலும், மேற்கொண்டு செய்ய

வேண்டிய பணிகள் என்னவென்று அவர் குழம்பிக்கொண்டிருக்க, அவன் அருகே வந்து,

"எனக்கு ஆப்பிள் ஒன்று வேண்டும்", என்று கேட்டான்.

அதிர்ச்சியடைந்தவராக, "என்ன வேண்டும்?" என்று கேட்க,

"ஆப்பிள்", என்று கூறினான்.

உடனே அவர் தன் வீட்டருகே இருந்த பழக்கடைக்குச் சென்று 2 கிலோ ஆப்பிள்களை வாங்கிவந்து கொடுத்தார். அவன் அவற்றைச் சாப்பிடாமல் உற்றுப்பார்த்துக்கொண்டே இருந்தான். மிகவும் குழம்பியவராக,

"சாப்பிடுங்கள்", என்று சொல்ல,

"எதைச் சாப்பிடச் சொல்கிறீர்கள் வசுமித்?"

"ஆப்பிளைத்தான்."

ஹா... ஹா... என்று கடகடவெனச் சிரிக்க ஆரம்பித்தான். வசுமித் அவன் முகத்தில் தோன்றிய விகாரத்தைக் கண்டவராக இரண்டடி பின்னால் சென்று நின்றார்.

"பயப்படாதீர்கள் வசுமித்."

அப்போதுதான் தெரிந்தது அவன் பெயரைச் சொல்லிப் பேசுகிறான் என்று. "என் பெயர் உனக்கு எப்படித் தெரியும்?"

"காது உள்ளவன் கேட்கக்கடவான் வசுமித். உங்கள் வீட்டின் வாசலில் கால் வைத்த அன்றே உங்களின் ஆராய்ச்சி, அதற்கான உங்களின் தேடல் என எல்லாவற்றையும் நான் புரிந்துகொண்டேன்."

"ஏன் அப்போதிருந்தே இதைப் பற்றிப் பேசவில்லை?"

"என்னை அழைத்துச்சென்று சோதனை செய்த யாருமே, நான் கொடுத்த வேரிலிருந்து வேருக்குள் மட்டுமே பயணம் செய்தார்கள். ஆனால் நீங்கள் மட்டுமே அதனைத் தாண்டி என்னுடைய ஆதியைக் கண்டுபிடித்தவர்."

"அப்போது நீங்கள் யார்?"

"ஆப்பிள், பாம்பு என்ற இருகுறியீடுக்களுக்கிடையிலேயே நான் யாரென்று உங்களுக்குப் புரிந்திருக்கும் என்று நினைக்கிறேன்

வசுமித். நிர்வாணத்தினை முதன் முறையாக வெட்கம் கொள்ள செய்தவன். ஆண் பால், பெண் பால் விதிகளை வகுத்தவன். நன்மை தீமையின் பிறப்பிடம். இருள்-வெளிச்சம், உண்மை-பொய், அழகு-அசிங்கம் என ஒவ்வொன்றிற்கும் எதிர்நிலைகளை உருவாக்கிய பேரரசன். உலகில் சாபம் என்ற வார்த்தையை முதன்முதலில் உருவாக்கியவன். உலகைப் படைத்தவனின் நெருங்கிய தோழன். அவன் அவர்களைச் சாப்பிடவேண்டாம் என்று சொன்னது பழத்தை அல்ல, அந்தப் பழம் என்னுடைய தோட்டத்தில் விளைந்தது என்பதனால்தான். என் தோட்டத்தில் அவர்கள் சாப்பிட்டது கடவுளின் சொல்லை மீறுவதற்காக அல்ல, என் தோட்டத்தின் பழ ருசி அந்தப் பிரதேசத்தில் எவர் தோட்டத்திலும் கிடைக்காதது. அவனின் சொல்லில் இருந்த ஒவ்வொரு வார்த்தையும் சாப வார்த்தைகள் அல்ல, அவனின் இருண்ட மனதின் இன்னொரு பரிமாணம். அவன் நீங்கள் நினைப்பது போல் புனிதன் அல்ல. இந்த உலகில் மிகவும் கீழானவன் ஒருவன் இருப்பானென்றால் அது அவனாகத்தான் இருப்பான். பழத்தினைத் தின்றதால் அவர்கள் பால்வேறுபாட்டை அறியவில்லை. அவர்கள் ஏற்கனவே அறிந்துதான் இருந்தார்கள். அதைச் சொல்லிக்கொடுத்தவன் நான்தான். ஆனால் அவன் அவர்கள் பழத்தைச் சாப்பிட்ட விவகாரத்தை ஏதோ பாவத்திற்கு ஒப்பான ஒன்றாக ஒவ்வொருவரிடம் சொல்லி, எங்கு சென்றாலும் அவர்களைக் கேலிப்பொருளாக்கிவிட்டான். அந்த உணர்வைத் தாங்கமுடியாமல் யாரிடமும் அவர்கள் பேசவில்லை. தங்களைத்தானே அழித்துக்கொள்ளலாம் என்று முடிவுசெய்தார்கள். அவர்களின் கடைசி நேரத்தில் என்ன தோன்றியதோ என்னிடம் வந்து நின்றார்கள். நான் கூறியவற்றைக் கேட்டபிறகு அவர்கள் தெளிவடைந்தவர்களாகச் சென்றார்கள். அதன் பிறகு இந்த உலகம் மனித வாழ்க்கைக்கான சொர்க்கமாக மாறியது."

"நீங்கள் அப்படி அவர்களிடம் என்ன சொன்னீர்கள்?"

"மரணம் எப்போதும் நம் அருகில் இருக்கும் ஒரு உடல் உயிரி. அவற்றை நீங்கள் விரும்பும் பட்சத்தில் அழைத்துக்கொள்ளலாம். ஆனால் நாம் ஏன் அழைக்கின்றோம். அழைப்பதற்கான காரணம் என்ன? அதன் விளைவுகள் என்ன? நாம் அவற்றிலிருந்து பெற்றுக்கொண்ட விஷயம் என்ன? என ஒவ்வொன்றாக அவர்களை விசாரணை செய்துகொள்ளச் சொன்னேன்.

இந்த உலகில் பிறக்கப்போகும் ஒவ்வொருவரும் அஞ்சும் ஒன்றாக இருக்கப்போவது மரணம். மரணத்தின் வாசல் மிகவும் அழகானது. அழகானவற்றின் உள்ளே எல்லாம் எப்போதும் ஒரு அசிங்கம் மறைந்துகொண்டே இருக்கும். அந்த அசிங்கமானவற்றைக் கண்டுபிடியுங்கள். அப்போதுதான் உங்களுக்கு அழகானவற்றினைப் பற்றிப் புரியும். மரணத்தைத் தினமும் எதிர்கொண்டுதான் வருகிறேன். போகிற பாதையில், நீந்துகின்ற நீரில், பதுங்கிக்கொள்கிற மரத்தில் எல்லாம் நான் மரணத்தை அருகிலேதான் அழைத்துச் செல்கிறேன். ஆனால் நான் மரணத்தைப் பற்றிக் கவலைப்படவில்லை. மரணத்தை எதிர்கொள்வதற்கு முன்னால் இந்த உலகம் எவ்வளவு வியப்பானது, அழகானது. இதனை அனுபவிக்காமல் செல்வது என்பது உண்மையில் துரதிர்ஷ்டவசமானது. எனவே நீங்கள் இங்கிருந்து செல்லுங்கள். உங்கள் முன்னால் இருப்பது கருப்பு அல்ல, வெள்ளையும் கூடவே இருக்கிறது. இரண்டையும் சமப்படுத்துங்கள். முடியவில்லை என்றால் எந்த முயற்சியும் செய்யவேண்டாம். அவற்றின் நிறம் அவரவரிடமே இருக்கட்டும். நிறங்கள் இல்லா உலகு எந்தக் காலத்திலும் அமையப்போவதில்லை. சென்று வாருங்கள்."

"அவர்கள் சென்றுவிட்டார்கள். நீங்கள் ஏன் இன்னும் அலைந்து கொண்டிருக்கிறீர்கள்?"

"உண்மையில் என்னை உங்களிடம் அழைத்துவந்தது யாரென்று நினைக்கிறீர்கள்?"

"தர்மன்."

"அவன் பெயர் காலன்." என்று சொல்லிச் சிரித்தான். வசுமித்க்குச் சற்று புரிந்தது போல் இருந்தது. "இப்போது அவருடைய எண்ணிற்குப் போன் செய்யுங்கள்" என்று சொல்ல, வசுமித் போன் செய்ய, எதிர்முனையில் எந்தவிதத் தகவலும் இல்லாமல் அமைதியாக இருந்தது?

"ஏன் என்னைத் தேர்ந்தெடுத்தீர்கள் நீங்கள் இருவரும்?"

"சாபத்தினை ஆராய்ச்சி செய்கிறீர்கள் என்று கேள்விப்பட்டேன். அதான் உங்களைச் சற்று பார்த்துவிட்டுச் செல்லலாம் என்று தோன்றியது. இந்த உலகில் சாபத்தினைப் பற்றி ஆராயும் ஒவ்வொருவருக்கும் அந்தத் தோட்டமும், கனியும், நிர்வாண

மனிதர்களும்தான் தோன்றுகிறார்கள். அதனை அடுத்தக் கட்ட ஆராய்ச்சிக்கு இதுவரை யாரும் எடுத்துக்கொள்ளவில்லை. அதான் தங்களைச் சந்தித்து விளக்கத்தை அளிக்கலாம் என்று தோன்றியது. என்னுடைய வேலை முடிந்தது. சென்று வருகிறேன் வசுமித். உங்களுடைய ஆராய்ச்சி வெற்றி பெற வாழ்த்துகள் என்று சொல்லியவனாக ஆப்பிளைக் கடித்துக்கொண்டே அவரின் வீட்டை விட்டு வெளியேறிவிட்டான். அவன் வெளியேறுவதையே பார்த்துக்கொண்டிருந்தவர், அவன் கண்ணில் இறந்து மறைந்ததும் தன் அறைக்குள் அவசரமாகச் சென்றார். தன் சாபம் தொடர்பாக வைத்திருந்தக் குறிப்புகள் எல்லாவற்றையும் மொத்தமாக ஒரு இடத்தில் குவித்தவர் அதன் மேல் ஒரு தீக்குச்சியை உரசி எறிந்தார். சாபத்தின் குறிப்புகள் சாம்பலாகக் காற்றில் பரவ, அவை எரிந்து முடியும் வரை அங்கேயேக் காத்திருந்தார். எரிந்து முடிந்த சாம்பலைத் தன் கைகளில் அள்ளியவர் எட்டுத்திசைகளிலும் ஊதிவிட்டார். மீதம் இருந்த சாம்பலைத் தன் நெற்றியிலும் உடலிலும் பூசிக்கொண்டு தன்னுடைய சக ஊழியர் ஒருவர்க்கு போன் செய்தவர், சாபம் பற்றிய தன் ஆராய்ச்சி முடிந்துவிட்டதாகவும், நாளைக் காலை நாம் சந்திக்கலாம் என்ற தகவலைத் தெரிவித்தார். பின்பு ஃப்ரிட்ஜைத் திறந்தவர், அதிலிருந்து ஒயின் பாட்டிலை எடுத்தார். பின்பு ஏதோ யோசித்தவராக, அவன் கடித்துவிட்டு மிச்சம் வைத்திருந்த ஆப்பிளை எடுத்துக்கொண்டார். ஒரு கடி ஆப்பிள், ஒரு மடக்கு ஒயின் என்ற கலவையில் குடித்துக்கொண்டிருந்தவர் தன்னுடைய சோபாவில் படுத்து மேலிருக்கும் சுவரையே பார்த்துக்கொண்டிருந்தார். தனக்குள் தானே சிரித்துக்கொண்டார்.

– யாவரும் இணைய இதழ், டிசம்பர் 2020

■ ■ ■

மார்கழியில் ஒரு காதல் கதை

மார்கழி மாதத்தின் பனிவிழும் காலைவேளையில், கோவிலை நோக்கி ஆட்கள் சென்றுகொண்டிருக்க, அந்தக் கூட்டத்தில் ஒருவனாக அவனும் சென்று கொண்டிருந்தான். வீட்டின் வாசலைக் கோலங்கள் அலங்கரித்துக்கொண்டிருக்க, கோலத்தின் நடுவில் சாணியும், அதன் மேல் ஊமத்தம்பூவையும் அலங்கரித்துக்கொண்டிருந்தார்கள் வீதியில் பெண்கள். நடந்து செல்லும் யாரும் கோலத்தினை மிதித்துவிடாமல் நகர்ந்து செல்ல, அவன் மட்டும் அந்தக்கோலத்தினை நெருங்கிச் செல்லும் எறும்பினை மிதித்துவிடாமல் விலகிச் சென்றான்.

கோவில்களின் காலைப் பாடல்கள் மனதுக்கு இதமானதாக ஒலித்துக்கொண்டிருந்தது. தூரத்தில் தெரியும் கோபுரத்தின் மேல் இருந்து பறவைகள் பறந்து சென்றன.

கோவிலின் வாயில் பிரகாரத்தில் நின்றுகொண்டு உள்ளே செல்வதா? வேண்டாமா என்று குழம்பி நின்றவனுக்கு, உள்ளே செல்லலாம் என்ற உத்தரவு வர, கோயில் படியைத் தொட்டுக் கும்பிட்டுவிட்டு நுழைந்தான்.

கோயில் தரிசனத்தை முடித்துவிட்டு உட்கார்ந்தவன் எதிரே, மார்கழி பஜனை பாடிக்கொண்டு கூட்டமொன்றுச் சுற்றிக்கொண்டு வந்தது. அந்தக் கூட்டத்தின் நடுவே மேகத்தில் மறைந்து விளையாடும் நிலவினைப் போல, ஒரு ஒளி வந்து வந்து போய்க்கொண்டிருக்க, அந்த ஒளியை உற்றுப்பார்த்தான். ஒளியினைத் தன் மூக்கில் ஏந்தியவளாக ஆண்டாள் பாசுரங்களைப் பாடிச் சென்றுகொண்டிருந்தாள் அவள்.

மார்கழி மாதத்தின் முப்பது நாட்களும் நேரத்தில் சிறு பிழை இல்லாத அளவுக்குப் பார்த்துக்கொண்டான். உட்கார்ந்திருக்கும் இடத்திலும் கூட எந்த மாற்றங்களும் நிகழவில்லை. முதலில் மூக்குத்தியின் ஒளியும், அதனைத் தொடர்ந்து வரும் ஆண்டாள் பாசுரத்தின் குரலிலும் கூட சிறிதும் மாற்றம் நிகழவில்லை. மூக்குத்தியின் ஒளியின் வண்ணம் மட்டும் அவள் அணிந்து வரும் உடையின் வண்ணத்திற்கேற்ப மாறிக்கொண்டே வந்தது.

முப்பதாவது நாளின் முடிவில் அவனின் வருகை நடைபெற்ற அன்று, அவளின் வருகை ஏனோ தடைப்பட்டது. கோயிலில் பார்ப்பதோடு சரி, அவளை இதுவரை அவன் பின் தொடர்ந்து சென்றது கூடக் கிடையாது. அவளின் மூக்குத்தியின் ஒளியில்லாத தினம் அவனின் இயல்பினைப் பாதிப்பதாக உணர ஆரம்பித்தான். சுற்றி ஆண்டாள் பாசுரம் ஒலித்தாலும் அவளின் குரல் அளவை அவை பிரதிபலிக்கவில்லை. கிளம்புவதற்கு முன்னால் அம்மனின் கருவறைக்கு நேர் எதிரே நின்று வணங்கிவிட்டுச் செல்வது அவனின் அன்றாட வழக்கம். அவளின் வெறுமையைப் போக்கிவிட அம்மனை வழக்கத்திற்கு மீறி பார்த்துக்கொண்டு இருக்க, அம்மனின் மூக்குத்தியின் ஒளி அவனின் கண்களைக் கூசவைத்தது. அவன் எவ்வளவோ உற்றுப்பார்த்தும் அம்மனின் மூக்கில் மூக்குத்தி இல்லை என்பதை உறுதி செய்துகொண்டவன், அதற்குச் சாட்சியாகத் தன் அருகே செல்லும் ஒருவரை அழைத்து, "அண்ணன் அம்மனுக்கு மூக்குத்தி இருக்கா?" எனக் கேட்க, அவர் சிறிது நேரம் இவனை உற்றுப் பார்த்துவிட்டு, அம்மனையும் பார்த்துவிட்டு, "இல்ல" என்று சொல்லிவிட்டு நகர்ந்தார். ஆனால் அந்த ஒளியைத் தான் பார்த்தது உறுதி என்றும் அவன் மனம் நம்பியது. நெடுநேரம் அங்கு நிற்கமுடியாமல் கிளம்பிச் சென்றவன். மீண்டும் அம்மனைத் திரும்பிப் பார்த்தான். அதே ஒளி தோன்றி மறைந்தது. குழப்பம் அடைந்தவனாக அங்கே சிறிது நேரம் நின்றுகொண்டிருக்க, எங்கிருந்தோ ஒரு குரல் ஆண்டாளின் பாசுரத்தைப் பாடுவது கேட்டது. அது அவளின் குரல்தான் என்பதில் சிறிதுகூட சந்தேகம் இல்லை. ஆனால் எங்கிருந்தோ வருகிறது என சுற்றும் முற்றும் தேடியவன் அது அம்மனின் கருவறையிலிருந்து வருவதை உறுதிசெய்து கொண்டான். தான் சமநிலையில் இருக்கிறோமா என்று தனக்குத்தானேக் கேட்டுக்கொண்டவன், மீண்டும் கருவறை எதிரே அமர்ந்துகொண்டான். மூக்குத்தியின் ஒளி தோன்றித் தோன்றி மறைவதும், ஆண்டாள் பாசுரம் கேட்பதும் அவனுக்கு

மட்டும் நிகழ்ந்துகொண்டே இருந்தது. கோயில் பூசாரி, "நடை சாத்தப்போறாம் கிளம்புங்க", என்று சொல்லும்வரை அவன் அந்த இடத்தை விட்டு நகரவே இல்லை. கோவில் பூசாரியின் குரல் கேட்டுத் திரும்பிப் பார்க்க, தன்னைத் தவிர அங்கு யாரும் இல்லாமல் இருக்க, வெட்கியவனாக அங்கிருந்து நகர்ந்தான். தான் காலையில் சாப்பிடவில்லை என்பது உடனே ஞாபகம் வர, அருகிலிருக்கும் டீக்கடையில் சென்று அமர்ந்தான். டீக்கடைக்காரரிடம் டீ என்று சொல்லி அங்கிருக்கும் பெஞ்சில் உட்கார, இரண்டு டீ என்று ஒரு குரல் கேட்க, எதிரே அவள் அதே மூக்குத்தியுடன் நின்றுகொண்டிருந்தாள். அவள் அவனைப் பார்த்துச் சிரிக்க, அவன் சுற்றித் தன் பின்னால் வேறு யாரேனும் இருக்கிறார்களா என்றுத் திரும்பிப் பார்த்தான். யாரும் இல்லை என்று உறுதிசெய்துகொண்ட பின் அவளை மீண்டும் பார்க்க, அவள் சிரித்தாள். அவனும் பதிலுக்குச் சிரிக்க, அருகே வந்து அமர்ந்துகொண்டாள்.

"ஆண்டாளின் பாசுரங்களைக் கேட்டதுண்டோ?" என்றாள்.

"இல்ல" என்றான்.

"எல்லா பின்னிடுகையிலும் இதயம்
இடுபவள் என்பதால் அற்பமாய்
பார்க்கும் கள்ள மனம் வெல்லும்
ஆயுதமில்லை பெண்ணிடத்தில்
ஆனால் அன்பென்னும் கவசமுண்டு", என்றாள்.

"புரியல", என்றான்.

"உருகுதலும் உரைதலும் உள்ளூர அரங்கேற
வருடுதலும் உராய்தலும் வற்றாமல் நீண்டிருக்க - என்
விரல் கோர்த்து மடி சாய்ந்து வீழும் கண்ணீர் துடைத்து
ஆயுள் முழுவதையும் ஆக்கிரமித்த அந்த ஆசைநிலவனின்
அழகிய கன்னங்களை
அள்ளி அணைத்து முத்தமிடும் கனா கண்டேன்", என்றாள்.

புரியாமல் அவன் முழிக்க, அவள் விழுந்து விழுந்து சிரிக்க ஆரம்பித்தாள். அவனும் பதிலுக்குச் சிரிக்க ஆரம்பித்தான்.

காதலின் தொடக்கம் இவ்வாறாக ஆரம்பிக்க, ஆண்டாள் பாசுரமும், அடியேனின் கால்நடை வாகனமும் நாளுக்கு நாள் ஒன்றாகச் சங்கமிக்க ஆரம்பித்தது என்று கதை சொல்லிக் கதையை ஆரம்பித்தான்.

"ஆரம்பம் எல்லாம் நல்லாதான் இருக்கு ஆனா ஆண்டாள் பாசுரமும் அவனுக்குப் புரியல, அத யார்கிட்ட சொல்லணுமுன்னு அவளுக்கும் தெரியல்ல", என்று சொல்லி நடுவில் குதித்தான் விதூஷகன்.

"அடே விதூஷகா, காதல் கதைத் தொடக்கத்திற்கு எல்லாம் அறிவு தேவை இல்லை என்பது உனக்குத் தெரியாதா?"

"அடே அறிவு தேவை இல்லதான் ஆனால் அறிவே இல்லாத ரெண்டும் ஜந்துகளும் என்னடா பண்ணப்போகுது."

"முட்டாள் முட்டாள் காதலின் ஈர்ப்பு அப்படிடா."

"அடே இந்த ஈர்ப்பு, வெங்காயம் எல்லா ரூம் போடுற வரைக்கும் தாண்டா. அப்புறம் *only sharp* தான்", என்று சொல்ல முன்னால் உட்கார்ந்திருந்த எல்லோரும் சிரிக்க ஆரம்பித்தார்கள்.

"அபிஷ்டு, அபிஷ்டு ஏன் இப்படிக் குதர்க்கமாகப் பேசுகிறாய். உன் வாயில் நெய் ஊற்றிக் கொளுத்த. என்ன இவ்வளவு கீழ்த்தரமாகப் பேசுகிறாய்?"

"எல்லாம் கீழ பாக்கதான்", என்று சொல்ல மீண்டும் கூட்டம் கெக்கலித்தது.

"ச்சீ... ச்சீ தூரப்போ... இழிவான மானிடனே... அய்யோ நாராயணா இவனிடமிருந்து எனக்கு விடுதலை வாங்கிக்கொடுத்துவிடு. உன் சந்நிதியிலிருந்து இருந்துகொண்டு எவ்வளவு அபச்சாரமாகப் பேசுகிறான்."

"ஆமாம் நாராயணன். அவரின் கோரிக்கையை வந்து கேட்டுவிடு. அதற்கு முன்னால் லட்சுமியிடம் தனியே நீ பேசிக்கொண்டிருக்கும் விஷயத்தைப் பாதியில் விட்டுவிடாதே, பின் அவளின் ஏக்கத்தைத் தீர்ப்பதற்கு பல யுகங்கள் நீ அழைய வேண்டி இருக்கும்", என்றான் விதூஷகன்.

"இந்த நாயா அடிச்சி தூக்கி எறிங்கடா", என்று கதை சொல்லி கத்த ஆரம்பிக்க, இரண்டு பேர் மேலேறி வந்து விதூஷகனைத்

தூக்கிக்கொண்டு செல்ல, "நாராயணா, நாராயணா", என்று கத்திக்கொண்டேச் சென்றான்.

"சனியன் தொலஞ்சுருச்சு", என்று மனதுக்குள் திட்டிக்கொண்டே, கதை சொல்லி கதையைச் சொல்ல ஆரம்பித்தான்.

***

காலையிலிருந்து காத்துக்கொண்டிருந்தான் அவளின் வருகைக்காக. அவளின் வருகை என்பது அவன் வாழ்நாளின் தொடக்கம் மட்டும் அல்ல. அவனின் முடிவும் கூட. அன்று காலை தான் தற்கொலை செய்துகொள்ள முடிவு எடுத்தவுடன், அவனின் கடைசி ஆசையாக இருந்தது அவளைப் பார்த்துவிடவேண்டும் என்பது மட்டும்தான்.

***

"காதலின் பொருள் என்ன?", என்று அவனிடம் கேட்டாள் ஒருநாள்.

நீ பார்ப்பது?

பார்வையின் பொருள்?

நீ கேட்பதில்

கேட்பதின் பொருள்?

கேட்கும் உன் காதில் அலையும் தொங்கலில்..."

மெல்லச் சிணுங்கி அவனை இறுக அணைத்துக்கொண்டாள்.

காதலின் வெளிச்சம் இருவரையும் அணைத்துக்கொண்டது.

***

"காதல் இல்லாமல் இந்த உலகத்தில் மனிதன் வாழ்ந்துவிட முடியுமா?

அது அவனின் ரசனையைப் பொறுத்தது.

ரசனை இல்லாதவனும் இந்த உலகத்துல காதல் பண்றானே?

அது காதலா? காமமா என்று யாருக்குத் தெரியும்?"

அவன் அவளை ஒரு நிமிடம் உற்றுப்பார்த்தான்.

"உன் பார்வையில் நம் காதல் வெறும் காதல் மட்டும்தானா? இல்லை காமமும் கூடவா?"

"ம்ம்ம்ம்"... என்று தன் கன்னத்தில் வைத்து சிறிது யோசித்தவள், "காமம் இல்லாத காதல் என்பது குழந்தையின் கன்னத்தை வருடுவது போன்றது. குழந்தையின் சிரிப்புவரை அந்த வருடலுக்கு நமக்கு அர்த்தம் தெரிவதில்லை."

***

"காதலின் சுவை என்ன?

காதலியின் உதடுகள்.

காமத்தின் சுவை?

காதலியின் மார்பகங்கள்.

இரண்டுக்கும் பொதுவானது?

காதலியின் கழுத்தின் சுவை"...

***

"காமம் ஏன் உனக்கு எப்பொழுதும் விளையாட்டாகவே இருக்கிறது?"

"ஏனென்றால் அது காமம்."

"காதலும் உனக்கு விளையாட்டாத்தானே இருக்கு."

"ஏனென்றால் அது காதல்."

***

நான் காதலுக்கும், நீ காமத்துக்கும் ஒரு கடிதம் எழுதினால் என்ன.

அவனுடைய Whatsapp-க்கு அவள் அனுப்பிய கடிதம்

"காதல் என்பது சுற்றுலாத்துறைப் படகில் அமர்ந்து தண்ணீரை ரசிப்பதுப் போன்றது. படகில் செல்லும்போது ஏற்படும் பரவசம் போன்றது. படகில் தெறிக்கும் தண்ணீர் போன்றது. எதிர் படகில் செல்லும் குழந்தையின் பரவசம் போன்றது. அங்கு விற்கும் உணவுப்பொருளின் சுவை போன்றது. கூடியிருக்கும் கூட்டத்தின் மனநிலை போன்றது."

அவளுடைய mail-க்கு அவன் அனுப்பிய கடிதம்

"காமம் என்பது ஹோட்டலில் சாப்பிடுவது போன்றது. அங்குக் கொடுத்திருக்கும் மெனு கார்டில் இருக்கும் எல்லா உணவுவகைகளையும் பார்த்துவிட்டு அதே தோசை இட்லி ஆர்டர் செய்வது போன்றது. உணவின் எல்லாவற்றையும் தேர்வு செய்து சாப்பிடவேண்டும் என்று தோன்றினாலும் ஏனோ அவை மட்டுமே நமக்குத் திருப்தியைக் கொடுப்பது."

***

அவன் : உனக்குப் பிடித்த காதல் பாடல் எது.

அவள் : உனக்குப் பிடிக்காத காதல் பாடல் எது

***

அவனுடைய whatsapp status, *"Love is nothing but fuck. Fuck is nothing but where you start with love"*

அவளுடைய whatsapp status, *"lust is the miserable thing in human life. But it needed sometime"*

***

அவள் தொலைவில் வருவது அவனின் கண்களுக்கு மட்டும் ஏனோ தெளிவாகத் தெரிந்துவிடுகிறது. அவன் அவள் அருகில் நெருங்கிச் செல்ல, அவள் அவனைப் பார்த்தும் பார்க்காதது போல் விலகிச் சென்றாள். அவனுக்கு என்ன செய்யவேண்டும் எனத் தெரியாமல் அவளிடம் பேசுவதா வேண்டாமா என்றுக் குழம்பிப்போய் நின்றுக் கொண்டிருக்க, சிறிது தூரம் சென்றவள், திரும்பி அவன் அருகில் வந்து நின்றாள். அவளின் அருகாமை நெஞ்சு படபடவென அடிக்க,

"என்ன?" என்றாள்.

"நான் சாவப்போறேன்."

"நல்லதுதானே போய்ச் சாவு."

"என் மேல உனக்கு இரக்கமே இல்லையா?"

"இரக்கம்?" என்று சொல்லிப் புன்னைகைத்தாள்.

அவன் அவளைக் கொஞ்சம் நேரம் உற்றுப்பார்த்துக்கொண்டே இருந்தான்.

"I think time is running up"... என்று சொல்லிவிட்டுத் திரும்பி நடக்க ஆரம்பித்தாள்.

அவன் எதுவும் பேசாமல் அங்கிருந்து கிளம்பினான்.

***

வீட்டின் மூலையில் பெட் ஷீட் மடித்து வைக்கப்பட்டிருந்தது. அவற்றையே சிறிது நேரம் உற்றுப்பார்த்தவன். தன்னுடைய மொபைல் போனை எடுத்து அவனுடைய நண்பனுக்கு அழைத்தான்.

எதிர்க்குரல், "சொல்லு மச்சான்?" என்று அழைக்க, சிறிது நேரம் அமைதியாகப் போனை காதில் வைத்திருந்தான்.

"மச்சான், மச்சான்"... என்று அழைத்துக்கொண்டிருக்க, ஏதோ யோசித்தவனாக போனை துண்டித்தான். மீண்டும் அவனுக்கு அழைப்பு வர போனை silent mode-ல் போட்டுவிட்டு, மடித்து வைத்திருந்த பெட்ஷீட்டை எடுத்துக்கொண்டு, அருகிலிருக்கும் மற்றொரு அறைக்குச் சென்று கதவைத் தாழிட்டுப் பூட்டினான்.

***

அவனுடைய மூடிய அறையிலிருந்து வந்து கதவின் வெளியே விழுந்த காகிதம் ஒன்று, மின்விசிறியின் காற்றுக்கு எழுந்து நடனமிட ஆரம்பித்தது காதலின் வரிகளை,

மெல்லிய இறுக்கத்தின் பிடிகளை
தழுவிக்கொள்ளும் உடல்கள்
உண்ணும் சுவைகளில்
வெளிச்சத்தின் புள்ளியைப் பிடிப்பவனுக்கு
காத்திருக்கிறது இந்தக் காதல்.
புள்ளியில் கரைந்துபோவதும்
புள்ளியில் அமிழ்ந்துபோவதும்
விண்மீன்களின் விரைசலாக
நகர்ந்துபோவதும்,
நாட்களின் கணக்கில் வராத மாதங்களும், வருடங்களும்

காதலின் கணக்குகளில் தன்னை தொலைத்துக்கொள்கிறது.
காதலின் சுவடுகளை வரைந்த
கடல் அலைகளுக்கு
காமத்தின் சுவடுகளை அழிக்க முடிவதில்லை.
புள்ளியாய் தொடரும் காமம்
உன்மத்தின் பித்தினை உறிஞ்சிக்கொள்ளும் உடைசலில்
உருகிக்கொள்கிறது உண்மையின் வேர்களில் விளையாடும் மெல் இதயம்
காதலின் சுவடுகளை பார்ப்பவனின் கண்களில்
எப்போதும் காமத்தின் பாதங்கள் படிந்திருக்கும்.
அலைகளை அள்ளிவீசும் கடலின் நெருக்கம்
காமத்தின் காதலில் கலந்துவிடுகிறது.
காமம் வெல்லட்டும், காதல் மலரட்டும்.

***

இவ்வாறாகக் கதை சொல்லி கதையை முடிக்க, மக்கள் எல்லோரும் கைதட்ட ஆரம்பித்தார்கள். கதைசொல்லி எல்லோருக்கும் குனிந்து நன்றி சொல்லிக்கொண்டிருக்க, கூட்டத்தின் நடுவிலிருந்து வந்து குதித்தான் விதூஷகன். பதறியடித்த கதைசொல்லி கீழே விழ, கூட்டம் மறுபடியும் சிரிக்க ஆரம்பித்தது. விதூஷகனும் வயிறு குலுங்கச் சிரிக்க ஆரம்பித்தான். கோபத்துடன் எழுந்த கதை சொல்லி விதூஷகனை அடிக்கத் துரத்தினான். கதை சொல்லியின் பிடிக்குள் சிக்காமல் அங்குமிங்கும் தாவித் தாவி ஓடிய விதூஷகன், கதை சொல்லியிடம் ஒரு நிமிடம் நிறுத்துமாறுக் கூற, கதை சொல்லியும் மூச்சு வாங்க, "என்ன?" என்றான். விதூஷகன் "ஒரு நிமிடம்", என்று சொல்ல, கதை சொல்லி மறுபடியும் "எதற்கு?", என்று கேட்டான். விதூஷகன் "ஓடுவதற்கு" என்று சொல்லி ஓட ஆரம்பித்தான். கதை சொல்லி மீண்டும் துரத்த ஆரம்பிக்க, கூட்டம் மீண்டும் சிரிக்க ஆரம்பித்தது. கதை சொல்லி விதூஷகனைத் துரத்திக்கொண்டே இருக்க, திரை மெதுவாக கீழே இறங்க ஆரம்பித்தது.

■ ■ ■

பனிச்சுடலை

சன்னல் அருகே சுழல் நாற்காலியைப் போட்டு, வெளியே விழுந்துகொண்டிருக்கும் பனியை ரசித்துக் கொண்டிருந்தான் கண்ணன். சோப்பு நுரைபோல் காற்றில் தவழ்ந்து செல்லும் பனித்துகள்கள் சாலைகள், வீட்டின் கூரைகள், சுற்றி நிற்கும் மரங்கள், கண்ணாடி சன்னல்கள், கீழே நின்றுகொண்டிருக்கும் வாகனங்கள் என எல்லா இடங்களையும் தன் வெண்மையால் நிரப்பிக்கொண்டே இருந்தது. ரேடியோவில் பனிப்பொழிவைப் பற்றி விவரணைகள் ஒலித்துக்கொண்டிருந்தது. சிறிது சிறிதாக அடுக்கப்படும் செங்கல்கள், மாபெரும் கட்டிடமாவது போல் பனித்துகள்கள் ஒன்றன் மேல் ஒன்றாக அடுக்கி மலைபோல் குவிக்கப்பட்டு அவை விரிவடைவதைப் பார்ப்பது அவ்வளவு ஆனந்தம் தரக்கூடியதாக இருந்தது கண்ணனுக்கு. ஒவ்வொரு உருவமாகத் தன்னை விரித்துக்கொண்டே இருந்தது குவியும் பனித்துகள்கள்.

பனித்துளிகளை ரசித்துக்கொண்டிருந்தவன் எதிரே, கொட்டும் பனித்துகள்களில் ஒரு துகள் மட்டும் எங்கும் நிலைகொள்ளாமல் அலைபாய்ந்துகொண்டிருந்தது. அவன் பார்த்துக்கொண்டிருக்கும்போதே அது அங்கிருந்த பொருள்கள் எல்லாவற்றிலும் அமர்ந்து மாறி மாறி நகர்ந்துகொண்டே இருந்தது. அதன் கடைசி நகர்வாக அவனை நோக்கி அது முன்னேறி வர, ஒரு நிமிடம் தடுமாறியவனாக அதை ஆழ்ந்து நோக்கினான். அது தன்னைத்தான் நோக்கி வருகிறது எனத் தெரிந்ததும், அவனின் இதயத்துடிப்பு அதிகரிக்க ஆரம்பித்தது. நெருங்கி அருகே வரவர எங்கே தன் இதயம் வெடித்துவிடுமோ எனவும் அளவுக்கு அதன் துடிப்பு கூடிக்கொண்டே செல்ல, உடல் மெல்ல இறுக்கம் அடைய ஆரம்பித்து, மூச்சு முட்டத் தொடங்கியது. அவனை நோக்கி வந்த துகள் அவன் பார்த்துக்கொண்டிருக்கும்

முன்பே மாபெரும் திரை அளவுக்குத் தன்னை விரித்துக்கொள்ள, உட்கார்ந்திருந்தச் சேரிலிருந்து எகிறி கீழே விழுந்தான். அவன் கீழே விழுந்த அந்த நொடியில், துகள் அவனின் சன்னலில் இடியோசையுடன் வந்து முட்டியது. அதன் அதிர்வு அறை முழுவதும் பரவி அவன் உடலையும் அதிரவைத்தது.

சன்னலில் பரவிய வெள்ளை நிறம், அறையின் அனைத்து இடங்களிலும் தன் தொட்ட பொருளை எல்லாம் வெள்ளை நிறமாக மாற்ற ஆரம்பித்தது. அதன் தொடர்ச்சியாக அவனின் உடல்மேல் தன்னுடைய ரேகைகளைப் படரத் தொடங்கியது. கால், தொடை, இடுப்பு, மார்பு, கழுத்து, வாய், கண், தலை என பரவிக்கொண்டே செல்ல, அச்சமடைந்தவனாகத் தட்டிவிட்டுக்கொண்டே அம்மா எரியுது எரியுது என்று கத்திக்கொண்டே தரையில் உருண்டு புரள ஆரம்பித்தான். கண்முன்னால் அறையின் அனைத்துப் பொருள்களும் சாம்பலாகிக் காற்றில் பரவத்தொடங்க, தன் உடலும் இப்போது காற்றில் கலப்பதை உணர ஆரம்பித்தான். நுனிப்பாதம் தொடங்கி, தலை வரை சாம்பலுடன் சாம்பலாகக் கலந்து வெறும் குவியலாக மாறிக்கொண்டிருக்க, அந்தச் சாம்பல் குவியலின் மேல், வந்து படியத் தொடங்கியது அந்தப் பனித்துகள்.

மாறுநாள் காலை போலீஸ் அந்த இடங்களைப் பாதுகாப்பு வளையத்திற்குள் கொண்டுவந்தனர். காணாமல் போன வீடு என்ற தலைப்பில் செய்தித்தாள்கள் அச்சடிக்கப்பட்டு நகரம் முழுவதும் விநியோகப்பட்டிருந்தன. அடுக்குமாடிக் கட்டிடத்தில் அந்த வீடு மட்டும் முற்றிலும் மேல்தளம் அழிந்து வெறும் கூடாக நின்றுகொண்டிருந்தது. சுற்றி இருந்த வீடுகளில் எந்த விதச் சிறுபாதிப்பும் இல்லாமல் இருக்க, லண்டன் அதிசயம் என செய்தி சேனல்கள் 24/7 நேரலையில் ஒலிபரப்பத் தொடங்கியது. சீப் இன்ஸ்பெக்டர் ஷிவ் சாம்வேல் ஜீப்பில் வந்து இறங்க, சர்ஜெண்ட் டேனியல் சல்யூட் அடித்தான். மக்கள் எல்லோரும் தங்களுடைய மொபைல் போனில் அவற்றைப் படம்பிடித்துக் கொண்டிருந்தார்கள். அடுக்ககத்தின் இரண்டாவது மாடியில் இருக்கும் அவனுடைய அறைக்குள் சாம்வேலும், டேனியலும் நுழைய, அறையில் பொருட்கள் இருந்ததற்கான அடையாளங்களோ, ஆட்கள் வாழ்ந்ததற்கானத் தடயங்களோ காணப்படவில்லை. கான்கிரீட் போடாத வீட்டினைப் போல் நின்றுகொண்டிருக்கும் அந்த வீட்டினை சாம்வேல் சுற்றிப் பார்த்துக்கொண்டிருக்க, அருகில் வந்த டேனியல், "பெயர்

கண்ணன், இந்தியாவில இருக்கிற ஒரு சின்னக் கிராமம். மூணு வருஷத்துக்கு முன்னால் MBA படிக்கிறதுக்காக இங்க வந்துருக்கான். விசாரிச்சதுல எந்தக் கம்ப்ளைண்ட்டும் அவன் மேல இல்ல. சுத்தி உள்ளவங்க கிட்ட விசாரிச்சா, அப்படி ஒருத்தன் இல்லங்கிற மாதிரி அவன் வந்துபோய்க்கிட்டு இருந்துருக்கான். அவன் நண்பர்களை விசாரிச்சதுல, யாரையும் அதிர்ந்து கூடப் பேசுனது இல்லனு சொல்றாங்க. அவன் இப்போ எங்கங்கிறதுதான் எல்லாத்துக்கும் இருக்கிற கேள்வி. எப்படி சார் ஒரு வீடு இப்படிக் காணாமப் போகும்? என்று கேட்டான்

மேல்தளத்திலிருந்து லண்டன் மாநகரின் எல்லாத் தெருக்களும் தெரிய, குழப்பமடைந்தவனாக வீட்டைச் சுற்றிப் பார்க்க ஆரம்பித்தான் சாம்வேல். தரை புதிதாகத் துடைக்கப்பட்டதுபோலவும், சுவர்கள் எல்லாம் அப்போதுதான் புதுசாக வண்ணம்பூசப்பட்டதுபோலவும் இருந்தது. எல்லாவற்றையும் தன்னுடையக் குறிப்பேட்டில் குறித்துக்கொண்டவன், அந்த அறையின் விளிம்புக்கு வந்து நின்றான். தன் கால்கீழே நிற்கும் செய்தி நிறுவனங்களின் வண்டிகளையும், போலீஸ் வாகனங்களையும், கூட்டத்தில் நின்றுகொண்டிருக்கும் நிருபர்களையும், அதை வேடிக்கை பார்த்துக்கொண்டிருக்கும் மனிதர்களையும் பார்வையிட்டான். பின் அங்கிருந்து கிளம்ப முயன்றவன் காலில் ஏதோ தட்டுப்பட, கீழே குனிந்து பார்த்தான். வெள்ளை நிறத்தில் பனித்துகள்களால் சூழப்பட்ட பந்து போன்ற ஒரு பொருள் தரையோடு பதிக்கப்பட்டுக் கிடந்தது. அவற்றைக் குனிந்து சாம்வேல் தொட அவன் கை உறை தீப்பற்றி எரிய ஆரம்பித்தது. அதிர்ச்சி அடைந்தவனாகத் தன்னுடைய கையுறையைத் தூக்கி எறிய, பதறிய டேனியல்,

"Sir, are you alright?"

Yaa... fine... don't worry... என்று சொல்லித் தன் குறிப்பேட்டிலிருக்கும் பேப்பரை அந்தப் பனிப்பந்தின் மேல் வைக்க, அதுவும் தீப்பற்றி எரிய ஆரம்பித்தது. பேப்பரைக் கீழே போட்டுவிட்டு அந்தப் பனிப்பந்தையே பார்த்துக்கொண்டிருந்தான். எரிந்த பேப்பரிலிருந்து கிளம்பிய சாம்பல் மீண்டும் அந்தப் பனிப்பந்திலே சென்று மறைந்துகொண்டது. டேனியல் சாம்வேலைப் பார்க்க, "இதைப் பற்றி யாரிடமும் சொல்லவேண்டாம்", என்று சொல்லிவிட்டு அங்கிருந்து கிளம்பினான்.

வீட்டைவிட்டு அவன் வெளியே வர, பத்திரிகையாளர்கள் அவனைச் சூழ்ந்துகொண்டனர். ஆனால் அவன் யாரையும் கண்டுகொள்ளாமல், காரில் ஏறிக் கிளம்பினான். சாலையில் குவிந்து கொண்டிருக்கும் பனிக்கட்டிகளை ஆட்கள் வாகனங்களிலும், கைகளிலுமாகச் சுத்தப்படுத்திக்கொண்டிருக்க, அவனுடைய மொபைலுக்கு முதல் அறிக்கைத் தகவலும், கண்ணன் பற்றிய பின்னணி விவரங்களையும் அனுப்பியிருந்தான் டேனியல். லண்டன் மாநகரின் தெருக்களைப் பார்த்தவாறு அவற்றை வாசிக்க ஆரம்பித்தான் சாம்வேல்...

கண்ணனின் பூர்விக்கதை

கண்ணன் தென்காசி அருகிலிருக்கும் சுரண்டை என்ற ஊரைச் சேர்ந்தவன். அப்பா பூசாரி. சுடுகாட்டை ஒட்டி நிற்கும் சுடலைமாடன் கோவில்தான் அவரின் இருப்பிடம். பிணம் எரியும் நாட்கள் எல்லாம் அவர் சுடுகாட்டில் பூஜை செய்வது வழக்கம். கண்ணன் எத்தனையோ முறை கேட்டும், அவன் அம்மா அதைப் பற்றிப் பேசக்கூடாது என்று மட்டும் சொல்வாள். இரவுபூஜை முடிந்து அவர் தூங்கினார் என்றால், மறுநாளைக்கு மறுநாள் காலைதான் அவருக்கு விடியல். இடையில் உணவுக்கோ தண்ணிக்கோ கூட யாரும் அவரை எழுப்புவதுக் கூடக் கிடையாது. எழுந்ததும் முகத்தைக் கழுவிவிட்டு, யாரிடமும் பேசாமல் நேராக மாடனின் கோயிலுக்குச் சென்று சாமி கும்பிட்டுவிட்டு வந்துதான் தண்ணீர்கூட குடிக்க ஆரம்பிப்பார். கோயில் சென்று வந்த அந்த நொடியிலிருந்து சாதாரணத் தந்தையாக மாறி அவனைக் கட்டிப்பிடித்து முத்தம் கொஞ்சுவதும், அவனை அழைத்துச் சென்று திண்பண்டங்கள், விளையாட்டுச் சாமான்கள் என எல்லாவற்றையும் வாங்கிக்கொடுப்பார். இந்த ஊரில் யாருமே இறக்கக்கூடாது என்பதுதான் கண்ணனுக்கு அவன் பிரார்த்தனையின் முக்கியப் பொருளாக இருந்தது.

மதுவூர் குழலியும் மாடும் மனையும்
இதுவூர் ஒழிய இதணமே தேறிப்
பொதுவூர் புறஞ்சுடு காடது நோக்கி
மதுவூர் வாங்கியே வைத்தகன் றார்களே

என்ற திருமந்திரப்பாடலை இரவு மந்திரமாக முணங்கிக்கொண்டே இருப்பார். கண்ணன் அப்பா இரவு பூஜை செய்பவர் என்பதால்,

அவர்கள் குடும்பத்துடன் பேசுவதற்கு ஊரில் இருக்கும் எல்லோரும் தயங்குவர்கள். கண்ணன் விளையாடச் சென்றால், பையன்கள் விளையாட்டில் சேர்த்துக்கொள்ளமாட்டார்கள். தான் மட்டும் தனியே அலைவது என்பது அவனுக்கு வருத்தத்தைக் குடுத்தாலும், அம்மாவின் அரவணைப்பு எல்லாத் துக்கத்தையும் மறக்கவைத்தது. அவன் அப்பாவைப் பார்க்க, பெரும்பாலும் கார் வைத்திருப்பவர்கள்தான் அதிகம் வருவார்கள். அவர்களை அழைத்துக்கொண்டு சுடலைமாடன் கோவிலில் விடுவதுதான் கண்ணனின் வழக்கம். வந்தவர்கள் கொண்டுவரும் விளையாட்டுப்பொருட்களும், திண்பண்டங்களுமே கண்ணனின் பொழுதுபோக்கு. காரில் வந்தவர்கள் எல்லாம் ஊரில் பிணம் எரியும் நாட்களில் மீண்டும் வருவதைக் கண்ணன் பலதடவை பார்த்திருக்கிறான். காரில் வரும் மனிதர்களின் உதவியின் மூலம் கண்ணனின் பள்ளிப்படிப்பும், கல்லூரிப்படிப்பும் முடிந்துவிட மேற்கொண்டு படிப்பதைப் பற்றி யோசித்துக்கொண்டிருந்தார்கள். அப்போது அவனின் அப்பாவைத் தேடி வந்த ஒருவர், தான் நினைத்ததை நடத்திக்கொடுத்தால் கண்ணனை லண்டனில் படிக்கவைப்பதாக உறுதி அளித்தார். தன்னைத் தேடி வரும் மனிதர்கள் குடுக்கும் வெற்று வாக்குறுதிதான் என்று அவன் அப்பா நினைத்தாலும், கண்ணனுக்கு ஏனோ அந்த வாக்குறுதியின் மேல் மிகப்பெரிய மயக்கம் இருக்கத்தான் செய்தது. ஒரு நாள் காலை அந்தப் பெரிய மனிதர் வீட்டுக்கு வர, கண்ணன் அப்பா வரவேற்று வாசலில் உட்காரவைத்தார். பூஜை மூலம் தனக்கு நடந்த நல்லதிற்காக கைமாறு செய்ய வந்திருப்பதாகவும், கண்ணனுக்கு தான் லண்டனில் படிக்க ஏற்பாடு செய்திருப்பதாகவும் சொன்னார். கண்ணனின் அப்பாவால் நம்பமுடியவில்லை என்றாலும், அவர் அதற்கான ஏற்பாடுகள் எல்லாவற்றையும் முன்னால் விரித்துவைக்க, என்ன சொல்வதென்று தெரியாமல் அந்த மனிதரின் காலில் விழுந்தார். கண்ணன் லண்டன் கிளம்புகிறான் என்ற செய்தி ஊரெங்கும் பரவ, எல்லோரும் அவன் மேல் பொறாமைப்பட ஆரம்பித்தார்கள். “குடும்பத்தைக் கெடுத்தவன் குழந்தைக்கு வந்த வாழ்வப் பாரேன்”, “எத்தனை குடியக் கெடுத்தானோ”, “மாடனை ஏவி எல்லாவேலையும் பார்த்து இப்போ புள்ளைய லண்டன்ல படிப்புக்கு அனுப்புறான்”, “இதெல்லாம் ஒரு நாள் அந்த ஆத்தா ஆயிரம் கண்ணுடையாள் கேப்பா” என்று ஊரில் குரல்கள் ஆங்காங்கு ஒலித்துக்கொண்டிருந்தன. கண்ணன் ஊர்கிளம்புவதற்கான நாளும் வர, அப்பா, அம்மாவின் காலில்

விழுந்து வணங்கினான். குனிந்திருந்தவனின் கண்களுக்கு அப்பாவின் தாளமிடும் கால்கள் தெரிந்தது. ஏய் என்ற சத்தம் கேட்க, இறுகிய உடலுடன் கத்திக்கொண்டு அவனின் முன்னால் ஆட ஆரம்பித்தார். வீட்டின் மூலை எல்லாம் சென்று குதித்து ஓடிக்கொண்டிருந்தார். தட்டின் முன்னால் இருக்கும் எலுமிச்சைப்பழத்தை எடுத்து வாயில் வைத்துக்கொண்டு முணங்க ஆரம்பித்தவர், அந்த எலுமிச்சையைக் கடித்து அவன் முகத்தில் துப்பிவிட்டு,

சேராத மண்ண தொட்டிலிட்டு
சொல்லாத சொல்ல வாயிலிட்டு
வாழாத வாழ்வெல்லாம் வாழ்ந்து
வான்ல புள்ளி ஆகிப்போனான் மாடன்
மாங்காத்து சோலையில
மாமரத்து நிழலுல
வாய்க்கரிசி போட வந்தான் வணங்காதவன்
வந்து நின்னான் ஒத்தக்காலுல,
வெத்துப்புள்ளி, வெள்ளப்புள்ளி
கொல்லும் புள்ளி, கொண்டபுள்ளி,
ஒத்தப்புள்ளி உன் உசுருல நின்னும் உறவாடும் புள்ளி
போய் வா...

என்று விபூதியை அவன் முகத்தில் அறைந்து நெற்றியில் பூசினார்.

கண்ணனின் லண்டன் டைரி

லண்டன் வந்து சேர்ந்து முதல் இரண்டுவாரங்கள் அவனுக்கு அங்கிருக்கும் சீதோஷ்ண நிலையோ அவர்களின் நடவடிக்கைகளோ வேறு கிரகத்தில் இருப்பதுப் போல் இருந்தது. எப்படி நிற்கவேண்டும், எப்படிப் பேசவேண்டும், எப்படிச் சிரிக்கவேண்டும் என அவன் பழகிமுடிப்பதற்குள் பாடத்தின் முதல் காலாண்டு முடிந்துவிட்டது. சென்னையிலிருந்து வந்த மாதவனும், இவனின் கூச்சச் சுபாவத்தை ரசித்த ஸ்டெல்லாவும் அவனுக்கு நணபர்களானார்கள். சொல்லிக்கொள்ளும் அளவுக்கு வாழ்க்கை இல்லை என்றாலும் தான் ஒரு புது ஆளாய் மாறுவது அவனுக்குத் தெரியத்தான் செய்தது. வாரத்திற்கு ஒரு நாள் தன் அப்பாவிற்கு அழைப்பதை வாடிக்கையாகக் கொண்டிருந்தான். நண்பர்களிடம் செலவழிக்கும் நேரம் என்பது மிகவும் குறைவு. லண்டனில் பொதுவாக அவன் தேடி அலைந்த

இடம் அங்கிருக்கும் சுடுகாடுகள்தான். ஆனால் ஊரிலிருக்கும் சுடுகாடுகள் போல் முள்ளும் புதருகளும் இல்லாமல், பூங்காவின் அனைத்துவித அழகுகளும் கொண்டதாக இருந்தன. அவற்றை எல்லாம் தன்னுடைய போனில் பதிவுசெய்துகொண்டவன் அவற்றைத் தன் அப்பாவிடம் காட்டிவிடவேண்டும் என ஆசைப்பட்டான். அவன் சுடுகாடுகளைத் தேடி அலைவது மாதவனுக்கும், ஸ்டெல்லாவுக்கும் ஆச்சரியமாக இருந்தாலும் அவனிடம் எந்தவிதமான மாறுதல்களும் இல்லை என்பதால் அதைப் பற்றி அவர்கள் கவலைகள் கொள்வதில்லை. கல்லூரி, படிப்பு தவிர, வீட்டருகே இருக்கும் அங்காடியில் பகுதி நேர ஊழியனாகப் பொருட்களை அடுக்கிவைக்கும் பணியில் வேலைக்குச் சேர்ந்தான். அவனுடன் வேலை செய்யும் ஆட்கள் பெரும்பாலும் இந்தியர்களாக இருந்ததால், அவனுக்கு அது மிகவும் சுவாரசியமாக இருந்தது. காலையில் கல்லூரிக்குச் செல்வதும், நண்பகலில் நூலகத்திற்குச் செல்வதும், மாலை நேரங்களில் அங்காடிக்குச் செல்வதும் என லண்டனில் அவன் நாட்கள் ஓடிக்கொண்டிருக்க, ஒரு நாள் அவனுடன் பகுதிநேர வேலைக்கு வந்து சேர்ந்தாள் செனேகா. இளம்பருவத்தின் எல்லா அழகுகளையும் சேர்த்து ஒட்டவைத்தாற்போல் இருந்தாள். அவளைப் பார்த்த மாத்திரத்தில் கண்ணனுக்குப் பிடித்துவிட்டது. மிகச்சிறியதாக அறிமுகமாகிய இருவரும், இரவுநேரத்தை ஒன்றாகச் சுற்றும் அளவிற்கு மாறிவிட்டார்கள். அவள் அவனுக்கு லண்டனின் அங்கத, பாவனை, மொழி, நடை, உடை எல்லாவற்றையும் சொல்லிக்கொடுக்க, அவன் தன் கிராமத்தின் கதைகளை அவளுக்குச் சொன்னான். தன் கல்லூரிப் படிப்பின் மூன்றுவருட முடிவில் அவன் ஒரு முழுநேர லண்டன்வாசியாகவே மாறிவிட்டான். செனேகாவின் அருகாமை இந்த உலகின் அர்த்தமுள்ள ஒருவனாக அவனை மாற்றியது. காலையில் அவனின் மொபைல் போனில் முதல் சத்தமும், இரவின் கடைசி சத்தமும் செனேகாவின் முத்தத்தில்தான் முடிந்தது. செனேகாவின் சந்திப்பிற்குப் பின் மாதவனையும், ஸ்டெல்லாவை சந்திப்பதையும் கூடக் குறைத்துக்கொண்டான். லண்டன் இரவுகளில் கண்ணனும் செனேகாவும் இரவுப்பறவைகளாகப் பறந்துகொண்டிருந்தனர்.

தங்களுடைய பணிமுடிந்த ஒரு இரவில் நால்வரும் சேர்ந்து அருகில் இருக்கும் காபி கடைக்குச் சென்றார்கள். லண்டனின் இரவுகளைப் பற்றிப் பேசிவிட்டு, மாதவனும் ஸ்டெல்லாவும் பிரிந்து செல்ல,

கண்ணனும் செனேகாவும் ஒருவர் கையை ஒருவர் பிடித்தபடி நடக்க ஆரம்பித்தார்கள். அந்த இரவுக்குப் பிறகு செனேகாவை, கண்ணனுடன் சேர்த்து பார்க்கவே இல்லை என்று மாதவனும், ஸ்டெல்லாவும் சாம்வேலிடம் வாக்குமூலம் குடுத்தார்கள்.

சாம்வேல் செனேகா வேலை செய்யும் அங்காடியில் சென்று, அவளுடைய முகவரியைக் கேட்க, கடைஊழியர்கள் கடந்த இரண்டு மாதங்களாக அவள் வேலைக்கு வரவில்லை எனவும், அவள் வீடு பூட்டியே கிடப்பதாகவும் கூறிவிட்டு முகவரியைக் கொடுத்தார்கள்.

வீட்டைச் சுற்றி களைச்செடிகள் காடுபோல் பரவிக்கிடந்தது. கால் வைக்கும் இடங்களில் எல்லாம் ஷூ தடம் தரையோடு தூசியுடன் சேர்ந்து ஒட்டிக்கொண்டது. அருகில் இருந்தவர்களிடம் விசாரித்தபோது. அவர்களை இரண்டு மாதங்களாக யாரும் பார்க்கவில்லை எனச் சொல்ல, சாம்வேல் உடனே மாதவனுக்கு போன் செய்து, செனேகா, கண்ணன் சந்தித்த கடைசி இரவின் தேதியைக் கேட்டான். அவன் சொல்லிய தேதியிலிருந்து 2 மாதங்கள் 4 நாட்கள் கடந்து முடிந்திருந்தது. செனேகாவின் அப்பா இங்கிலாந்தின் புகழ்பெற்ற ஹைகேட் கல்லறை பூங்காவில் ஊழியராகவும், அவள் அம்மா அவர்க்கு உதவியாளராகவும் வேலை செய்துவந்தாள். செனேகாவின் உறவினர்கள் என யாரும் இதுவரைக்கு அவர்களைத் தேடி வந்ததில்லை எனவும், அவர்கள் மூவர் மட்டுமே அந்த வீட்டில் வாழ்ந்துவந்தார்கள் எனவும், அருகில் இருக்கும் வீட்டில் கூட, லண்டனில் நடக்கும் ஏதோ விழாச் சமயங்களில் மட்டுமே பேசுவார்கள் என்ற தகவலைகளைச் சேகரித்துக்கொண்டான். இதுவரைக்கும் அவர்கள் வீட்டில் பார்த்த ஒரு நபர் என்றால் அவன் 20 வயது வாலிபன் என்பதும், அவர்கள் விவரணையில் அவன் கண்ணன் என்பதையும் சாம்வேல் உறுதிப்படுத்திக்கொண்டான். அவனுடைய போனின் சத்தம் ஒலிக்க, எதிர்முனையில் டேனியல்

“சார். அந்தப் பனிப்பந்த ஆராய்ஞ்சு பாத்ததுல அது மீத்தேன் கிளாத்ரேட்ஸ்ங்கிற வெறும் வேதியியல் மூலக்கூறுதான். ஆராய்ச்சி பண்ணவங்களுக்கே எப்படி அந்த வீட்டுக்குள்ள வந்துச்சுங்கிறதுதான் பெரிய அதிர்ச்சியா இருக்கு. பெரும்பாலும் அது கடலுக்கு அடியிலையும், இல்ல நிலத்துக்கு அடியிலயும்தான் இருக்குமா சார்.”

"ok Daniel, Thanks. வேற எதாவது தகவல் இருந்தா எனக்கு கால் பண்ணுங்க."

"sure sir, thank you."

சாம்வேல் அங்கிருந்து கிளம்பி ஹைகேட் கல்லறைத் தோட்டத்திற்குச் சென்றான்.

ஹைகேட் கல்லறைத் தோட்டத்தில் செனேகா அப்பாவும், அம்மாவும் கடந்த இருபது வருடங்களாக, புதைக்கப்படும் உடலுக்காகத் தோண்டப்படும் குழிகளையும், அதனுள் இறக்கப்படும் கல்லறைப் பெட்டிக்குப் பண்ணவேண்டிய சடங்குகளைக் கண்காணிப்பவர்களாக வேலைசெய்துவந்துள்ளார்கள். இருவரும் அங்கிருக்கும் அனைவரிடமும் அன்பாக இருந்ததாகவும், சில நேரங்களில் அனாதைப் பிணங்களைத் தங்கள் சொந்தப் பணத்தில் புதைத்ததாகவும் கூறினார்கள். ஆனால் கடந்த இரண்டு மாதங்களாக அவர்கள் எங்குச் சென்றார்கள் எனவும், அவர்களுக்கு போன், லெட்டர், நேரில் ஆள் அனுப்பியும் அவர்களிடம் எந்தத் தகவலையும் பெற முடியவில்லை என ஹைகேட் கல்லறையின் கண்காணிப்பாளர் சாம்வேலிடம் தெரிவித்தார். இவற்றை எல்லாம் தொகுத்துக்கொண்டு அங்கிருந்து கிளம்ப, அவரின் எதிரே ஒரு சிறுவன் வந்து நின்றான். சாம்வேல் அவனைப் பார்த்துச் சிரிக்க, அவன் அங்கு நின்றுகொண்டிருக்கும் ஒரு உருளை போன்ற அமைப்பைச் சுட்டிக்காட்டினான். சாம்வேல் ஒன்றும் புரியாமல் அங்கிருந்து கிளம்பினான்.

தன்னுடைய அலுவலக மேஜையில் குறிப்பேடுகளை எல்லாம் விரித்துப் பரப்பிக்கொண்டிருந்தான். டேனியில் பனிப்பந்து அறிக்கைகளை அவனிடம் குடுத்துவிட்டுக் கிளம்பிச் செல்ல, அந்த அறிக்கைகளை வாசிக்க ஆரம்பித்தான். அவை ஏற்கனவே டேனியல் சொன்ன விளக்கத்தின் அறிவியல் விளக்கங்களாக இருக்க, அவற்றைத் தூக்கி குப்பைத்தொட்டியில் வீசினான். குழப்பமடைந்தவனாக வீட்டிற்குக் கிளம்பினான். கிளம்பும் வழியில் மது பாட்டில்கள் எதுவும் வீட்டில் இல்லை என்பது ஞாபகம் வர, காரை மது அங்காடிக்குச் செலுத்தினான். அவன் தினசரி குடிக்கும் மது அங்கு இல்லை என்பதால், காரில் ஏறி வீட்டிற்கு வந்தான். வீட்டில் உணவுப்பொருள்கள் இல்லை என்பதை ஃப்ரிட்ஜை திறந்ததும்தான் அவனுக்குத் தெரிந்தது. உடனே இரவுநேர பீட்சாவிற்கு ஆர்டர் செய்துவிட்டு,

குளித்துமுடித்து தன் சோபாவில் பீட்சாவிற்காகக் காத்திருந்தான். வீட்டின் காலிங் பெல் அடிக்கும் சத்தம் கேட்க, கதவைத் திறக்க எழுந்தான். ஆனால் உடலோ சோபாவில் இருந்து எழுவதற்கு மறுத்தது. காலிங் பெல் தொடர்ந்து அடிக்கும் சத்தம் கேட்டுக்கொண்டே இருக்க, அவனும் உடலை எவ்வளவோ நகர்த்த முயற்சி செய்தும், ஒரு அங்குலம் கூட நகரவில்லை. ஒரு கட்டத்தில் காலிங் பெல் அடிக்கும் சத்தம் நின்றுவிட, அவனறியாமல் உடல் சோபாவிலிருந்து விடுவித்துக்கொண்டது. உடனே எழுந்து ஓடிவந்து கதவைத் திறக்க, வெளியில் வெறும் நிசப்தம் மட்டுமே இருந்தது. பனி மழையாகப் பொழிந்துகொண்டிருக்க, வீட்டின் முன்னே பீட்சா பையன் ஸ்கூட்டரில் வந்து நின்றான்.

"சார், ஷிவ் சாம்வேல்."

"நாந்தான்."

"Take your order. Thanks for your order sir", என்றுக் குடுத்துவிட்டு பீட்சா பாய் அங்கிருந்து கிளம்ப, கதவை மூடிவிட்டு சோபாவில் அமர்ந்தான். பீட்சாவைச் சாப்பிட்டுக்கொண்டிருக்கும்போதே உடல் பதறுவதை உணர ஆரம்பித்தான். வீட்டு வாசலில் கூட்டமாக ஆட்கள் நடந்துவரும் சத்தம் கேட்க, சோபாவிலிருந்து எழுந்து ஓடி அவசரமாகக் கதவைத் திறந்தான். வெறும் பனி மட்டும் வீட்டின் முன்னால் குவிந்திருந்தது, வீட்டு வாசலில் விழுந்துகிடந்த பனியில் பல காலடித்தடங்கள் தன் வீட்டினை நோக்கி வந்ததற்கான அடையாளங்கள் இருக்க, வீட்டின் உள்ளே சென்றுத் துப்பாக்கியை எடுத்துக்கொண்டுத் தெருவிற்கு வந்தான். தெருவின் இருபக்கமும் ஆட்கள் நடமாட்டம் எதுவும் இல்லாமல், எல்லா இடங்களையும் தன் வெண்மையால் மூடிக்கொண்டிருந்தது பனி. கதவினைத் தாழிட்டு வீட்டுக்குள்ளே வந்தவன், விளக்குகள் எல்லாவற்றையும் அணைத்துவிட்டுத் துப்பாக்கியைத் தலைக்கு வைத்துவிட்டுத் தூங்க ஆரம்பித்தான்.

எங்கிருந்தோ குழந்தை அழும் சத்தம் கேட்க, தூக்கத்தில் இருந்து எழுந்தவன் தன் துப்பாக்கியைத் தடவிப் பார்த்தான். மெதுவாக எழுந்து கிச்சனுக்குச் சென்று தண்ணீர் குடித்துவிட்டு ஷோபாவில் சாய்ந்து அமர்ந்தான். குழந்தை அழும் சத்தம் தொடர்ந்து கேட்டுக்கொண்டே இருக்க, அவனறியாமல் ஏங்கி ஏங்கி அழ ஆரம்பித்தான். தன் உயிரின் ஒரு துளி தன் உள்ளங்கையில் கிடைத்த அந்த நிமிடங்களை நினைத்துப் பார்த்தான். தன்

மனைவி டிஸ்ஸோ மருத்துவமனையின் படுக்கை அறையில் உறங்கிக்கொண்டிருக்க, மருத்துவமனையில் வரவேற்பறையில் உட்கார்ந்திருந்தான் சாம்வேல். மருத்துவ ஊழியன் வந்து அவனுக்கு ஆண் குழந்தை பிறந்த விஷயத்தையும், அது இன்னும் அழாமல் இருப்பதால், மருத்துவர்கள் கூடியிருப்பதாகவும் சொல்லிவிட்டுச் சென்றான். அவன் சென்ற ஐந்து நிமிடங்கள் கழித்து செவிலி ஒருத்தி குழந்தையைத் தூக்கி அவனிடம் வந்தாள். குழந்தை இறந்துவிட்டதாகவும். கடைசியாக ஒருமுறைப் பார்த்துக்கொள்ளுமாறுக் கூறியவள், குழந்தையினை அவன் கையில் கொடுத்தாள். குழந்தையைப் பூனையைத் தடவுவதுபோல் கையில் வாங்கிக்கொண்டவன், அதைப் பார்த்துக்கொண்டே இருந்தான். பார்த்துக்கொண்டு இருக்கும்போதே குழந்தை சிரிக்க ஆரம்பித்தது. அதிர்ச்சியடைந்தவன் செவிலியை அழைத்தான். செவிலி அருகில் வரவும், குழந்தை வீறிட்டுக் கத்த, மருத்துவப்பேறு அறையிலிருந்த குழந்தைகள் எல்லாம் ஒரே குரல் எடுத்து அழுக ஆரம்பித்தது. செவிலியர்கள் எல்லாம் பயந்து போய் ஒருவரையொருவர் பார்த்துக்கொண்டிருக்க, மருத்துவமனை முழுவதும் அழுகுரலாக மாறியது. அழுகையின் உச்சவெடிப்பாக மயான அமைதியடைய, தன்னுடைய கையில் இருக்கும் குழந்தையைப் பார்த்தான். முகத்தில் மெல்லிய புன்னகையுடன் குழந்தை தன் இறுதி மூச்சை நிறுத்திக்கொண்டது. அதைச் செவிலியிடம் குடுத்தவன். டிஸ்ஸோ இருக்கும் அறைக்குச் சென்றான். அவள் முகத்திலும் குழந்தையின் புன்னகை படர்ந்திருந்தது. அவளையே பார்த்துக்கொண்டிருந்தான். மெதுவாகக் கண்விழித்தவள் குழந்தை எங்கே என்று கேட்க, இறந்த செய்தியைச் சொன்னான். அவள் நம்பாமல் குழந்தையின் அழுகையைக் கேட்டதாகவும், அவன்தான் குழந்தையை எங்கோ கடத்தி வைத்திருப்பதாகவும் சொல்ல ஆரம்பித்தாள். அவன் அவளை எவ்வளவோ சமாதானப்படுத்தியும், அவள் அவனிடம் இருந்து வெகுதூரம் சென்றுவிட்டாள் என்பதை உணர்ந்தவன் அவளது பெற்றோர் வீட்டிற்கு அவளை அனுப்பிவிட்டான்.

வாரத்திற்கு ஒரு முறை என்று அவளைப் பார்க்கச் சென்றவன், இரண்டு, நான்கு, ஆறு என்று முறைமாற்றிக்கொண்டே இருந்தான். கடந்த முறை அவன் பார்க்கச் சென்றிருக்கையில்,

"பிறப்பின் ஆரம்ப அறிகுறி அழுகைதானே?", என்று கேட்டாள்.

"ஆமாம்", என்றான்.

"என் குழந்தை அழுதுச்சுன்னா, அது பிறந்துதான இருந்துருக்கணும். ஏன் இறந்துச்சு," என்று கேட்க, பதில் ஏதும் இல்லாமல் அவளையே பார்த்துக்கொண்டிருந்தான்.

"சுவாசித்திடும் மூச்சுக்குள்ளும் ஒரு அழுகை இருக்கிறது கவனித்திருக்கிறாயா?"

"கழுவப்படாத கண்ணீர்தான் கடலா?"

"அழுவதென்பது அடைய முடியாத ஊற்றின் எல்லையா?"

"அழும் குழந்தையைத் தேடிப்பிடித்துத் தன்னிடம் அழைத்து வருமாறும், அவன் அழுகையைத் தன்னால் நிறுத்திவிட முடியும்", இப்படி பதில் இல்லாத கேள்விகளை எதிர்கொள்வது அவனுக்கு வேதனையாக இருந்தது. அவள் கேட்கும் ஒவ்வொரு கேள்வியும் தன்னுடைய குற்ற உணர்வை அதிகரிப்பதாகவே இருக்க, அவளைத் தவிர்த்துவிட விரும்பினான்.

அவளைக் கடைசியாகச் சந்தித்து எட்டு மாதம் ஆகியது என்பது நினைவு வர, மொபைல் போனை எடுத்து அவளின் புகைப்படத்தைத் திறந்து, அவள் கண்களையே பார்த்துக்கொண்டிருந்தான். குழந்தையின் அதே கண்கள். இந்த உலகத்தில் ஏன் சில நிமிடங்கள் மட்டும் அது வாழ்ந்தது? ஏன் என்னுடைய கையில் அதன் அழுகையை ஒலிக்கவிட்டுச் சென்றது? ஏன் எல்லா இரவிலும் அதன் குரல் தனக்குக் கேட்டுக்கொண்டிருக்கிறது?, என ஒவ்வொரு கேள்வியாகத் தனக்குள் கேட்டுக்கொண்டே வந்தவன், திடீரெனத் தன்னுடைய குழந்தையை எங்குப் புதைத்தார்கள் என்ற கேள்வி அவனறியாமல் எழ, சோபாவில் நிமிர்ந்து உட்கார்ந்தான்.

தன்னுடைய கணினியைத் திறந்து, கல்லறையைத் தேடுவதற்கான வலைத்தளத்தைத் தட்டச்சு செய்ய, அதன் முதல் பக்கத்தில் பெயர் என்று எழுதி இருந்தது. மருத்துவமனைச் செவிலி கொடுத்த அத்தனை பேப்பர்களிலும் கையெழுத்துப் போட்டதும், கடைசி வரை அதில் குழந்தையின் பெயரைப் பார்க்கவில்லை என்பதும் ஞாபகம் வர, உடனே மருத்துவமனையின் பெயரைக் கூகுளில் தட்டச்சு செய்தான். மருத்துவமனையின் வரவேற்பறைக்குப் போன் செய்தவன், குழந்தை பிறந்த தேதி, நேரம், அவன் பெயர், மனைவி பெயர் என்று எல்லாத் தகவல்களையும் கொடுக்க, அவர்கள் அந்த நேரத்தில் அப்படி ஒரு குழந்தை பிறந்ததற்கான எந்தத் தகவல்களும் தங்கள் கணினியில் இல்லை என்று

பதிலளித்தார்கள். அவனுக்கு அவர்களிடம் என்ன பேசுவதென்று தெரியாமல், அன்று பணியிலிருந்த செவிலிகளின் தொலைபேசி எண்கள் கிடைக்குமா? என்று கேட்க, அவர்கள் அவற்றைத் தரமுடியாது என்றும், வேண்டுமென்றால் அன்று பணியில் இருந்தவர்களின் பெயர்களைத் தருவதாகவும் சொன்னார்கள். அவர்கள் கொடுத்த நான்கு பெயர்களையும் தன்னுடைய குறிப்பேட்டில் எழுதிக்கொண்டான். அப்போது அவனுடைய போன் ஒலிக்க, எதிர்முனையில் பேசிய டேனியல், கடந்த இரண்டு மாதத்திற்கு முன்பாக, பெற்றோருடன் செனேகா கல்லறைக்குள் நுழைந்ததாகவும், அதன் பின் அவர்களைத் தான் பார்க்கவில்லை எனவும், கல்லறை துப்புரவுத் தொழிலாளி சொன்ன தகவலைத் தெரிவித்தான். அந்தத் தொழிலாளியிடம் மேலும் அதிகபட்சத் தகவல்களைப் பெறுமாறு கூறிவிட்டு. தன்னுடையத் தொலைபேசிப் புத்தகத்தை எடுத்து, பெயர்களைத் தேட ஆரம்பித்தான். பெயர்களின் தேடலில் மூன்று பெயர்கள் மட்டுமே கிடைக்க, ஒரு பெயர் மட்டும் எத்தனை முறை தேடியும் கிடைக்கவில்லை. கிடைத்த செவிலிகளின் எண்ணிற்கு அழைத்தான். அவன் குழந்தையின் அழுகையை அவர்களுக்கு எடுத்துரைத்தும் அவர்களால் ஞாபகப்படுத்திக்கொள்ள முடியவில்லை என்றும், தாங்கள் பிரசவம் பார்த்தக் குழந்தைகள் யாரும் அன்று இறக்கவில்லை எனவும் தெரிவித்தார்கள். அந்த நான்காவது செவிலியின் பெயரை அவர்களிடம் சொல்லி, தெரியுமா என்று கேட்க, மூன்று செவிலிகளும் அப்படி ஒரு பெயரைத் தங்கள் மருத்துவமனையில் கேட்டதில்லை எனச் சொன்னார்கள். ஆனால் தங்களுடன் அன்று இன்னொரு செவிலி பணியில் இருந்ததையும் அவளைப் பற்றித் தங்களுக்கு எந்தவிதத் தகவலும் தெரியாது என்றும், அவள் தங்கள் யாருடனும் பேசுவதே இல்லை என்றும் தெரிவித்தார்கள். அவன் அந்தச் செவிலியின் பெயரையும் தன்னுடைய குறிப்பேட்டில் எழுதிக்கொண்டு போன் புத்தகத்தில் தேட ஆரம்பித்தான். அந்தப் பெயரும் போன் புத்தகத்தில் கிடைக்கவில்லை என உறுதிசெய்தபின், டேனியலுக்கு போன் செய்து, இரு செவிலியின் பெயரையும் சொல்லி, போலீஸ் தகவல் தளத்தில் விலாசத்தைப் பெற்றுத்தருமாறு கூறிவிட்டுக் குளிக்கச் சென்றான். குளித்துமுடித்துத் தன்னுடைய மொபைலை எடுத்துப் பார்க்க, அதில் அந்தச் செவிலியின் விலாசத்தை டேனியல் குறுஞ்செய்தியாக அனுப்பியிருந்தான்.

விலாசம் இருக்கும் வீட்டிற்குச் சென்று காலிங் பெல்லை அழுத்தினான் சாம்வேல். கதவை மூதாட்டி ஒருவர் திறக்க, அவளிடம், "மேரி சாக்ஸி இருக்கிறாளா?" என்று கேட்டான். மூதாட்டி அவனை முழித்து முழித்துப் பார்க்க, அவள் பின்னாலிருந்து பதினைந்து வயது சிறுமி ஒருத்தி வந்தாள். தன் பாட்டிக்குக் காது கேட்காது என்றும், அவனுக்கு என்ன வேண்டும் என்று கேட்டாள். அவன் "மேரி சாக்ஸி இருக்கிறாளா" என்று மறுபடியும் கேட்க, சிறுமி சிறிது நேரம் யோசித்துவிட்டு, அவள் தன் பாட்டிதான் என்றும், தற்போது இங்கு இல்லை, தன்னுடைய சித்தப்பா வீட்டிற்குப் போயிருக்கிறாள் என்றும் சொன்னாள். அவளிடம் அவளுடைய சித்தப்பா விலாசத்தைத் தரமுடியுமா என்று கேட்க, சித்தப்பா கடந்த வாரம் இறந்துவிட்டதாகவும், தனியாக இருக்கும் சித்தியைப் பார்ப்பதற்காகத்தான் பாட்டி சென்றிருக்காள் என்றும் கூறியவள், ஒரு நிமிடம் என்று கூறிவிட்டு உள்ளே சென்றாள். சாம்வேல் அந்த மூதாட்டியையேப் பார்த்துக்கொண்டிருக்க, அவள் சித்தப்பாவின் விலாசத்தை எழுதிக்கொண்டுவந்தாள். அதனை வாங்கிக்கொண்டு, அவன் நன்றி சொல்ல மூதாட்டி அவனைப் பார்த்துச் சிரித்தாள். அவனும் பதிலுக்குச் சிரிக்க, அவன் கண்களையே உற்றுப்பார்த்தவள், "செல்லும் திசையில் சொல்லும் வாக்கும் சொர்க்கத்தை கொடுக்கும்", என்றாள். புரியாதவனாக அவளைப் பார்க்க, அருகில் நின்ற சிறுமி, தன் பாட்டி அப்படித்தான் அவ்வப்போது ஏதாவது உளறுவாள், வேறு ஏதும் நினைத்துக்கொள்ளவேண்டாம் என்று கூறினாள். அவளுக்கு நன்றி சொல்லிவிட்டு காரில் ஏறி உட்கார்ந்தவன், மூதாட்டி சொன்ன வாக்கியத்தை நினைத்துப் பார்த்தான். "செல்லும் திசையில் சொல்லும் வாக்கும் சொர்க்கத்தை கொடுக்கும்."

நகரிலிருந்த கட்டடங்களும், தார் சாலைகளும் மறைந்து, மண்ரோடுகளாகவும், மலை சூழ்ந்த இடமாகவும் மாறிக்கொண்டே வந்தது தன் பயணம். ஊரின் மையத்திற்கு வந்தவன், சிறுமி கொடுத்த விலாசத்தை விசாரிக்க, ஊரின் கடைசி வீடாக, யாருக்கும் தொடர்பில்லாமல் ஒதுங்கியிருந்தது. வீட்டின் விலாசத்தைக் காட்டிக் கேட்கும் ஒவ்வொரு மனிதரின் கண்களிலும் சிறிதளவு பயம் வருவதை அவன் கவனித்தான். வீட்டின் வாசலை அடைய, சூரியன் மறைந்து, அவ்வீடு மட்டுமே நிழலுருவமாகத் தெரிந்தது. காலிங் பெல்லுக்கான

எந்தச் சுவடுகளும் இல்லாமல் இருக்க, குட்டியான மணி மட்டும் வீட்டுவாசலில் தொங்கிக்கொண்டிருந்தது. வெளியே இருந்து மேரி மேரி என்று கத்திக்கொண்டிருக்க, வீட்டின் கதவு திறக்கவில்லை. சிறிது நேரம் யோசித்தவன், தொங்கிக்கொண்டிருந்த மணியை மெதுவாக அடித்தான். அதன் அதிர்வுகள் அவ்வீட்டின் மூலை முடுக்குகளிலெல்லாம் எதிரொலிக்க, கதவு திறக்கப்படும் சத்தம் கேட்டது. கைத்தடியை ஊன்றியவாறு ஒரு மூதாட்டி வெளிப்பட்டாள். அவளிடம் "மேரி சாக்ஸி இருக்கிறாளா" என்று கேட்டான். அது தான்தான் என்றும், அவனுக்கு என்ன வேண்டும் என்றும் கேட்டாள். அவளைப் பார்த்த மாத்திரத்தில் தன் குழந்தையைக் கையில் கடைசியாகக் கொடுத்தவள் என்பதை உறுதி செய்துகொண்டவன், குழந்தையைப் பற்றியும், அதன் இறப்பு, அவன் தேடிய குழந்தையின் புதைக்கப்பட்ட இடம் எல்லாவற்றையும் பற்றி விரிவாக அவளுக்கு விவரித்தான். அவற்றை கேட்டுக்கொண்டே இருந்தவள், "சொல்லியது போதும்", "அதற்கு மேல் தனக்கு எதுவும் தேவை இல்லை" என்று கூறினாள். நாளை காலையில் வந்து சந்திக்குமாறும், நிச்சயமாக அவனுக்கானப் பதிலைக் கூறுவதாகவும், அதுவரைப் பொறுத்திருக்குமாறும் கூறியவள் அவனை வீட்டுக்குக் கிளம்புமாறு கூறினாள். தான் இப்போது கிளம்பிச்சென்றால். தன்னுடைய வீட்டை அடைவதற்கு நேரமாகும் என்றும், தங்குவதற்காக ஏதேனும் விடுதி கிடைக்குமா என்று கேட்டான். அப்படி எதுவும் அந்தக் கிராமத்தில் இல்லை என்றும், அவசியம் என்றால் தன்வீட்டில் தங்கிக்கொள்ளுமாறு கூறினாள். சிறிது தயக்கத்திற்குப் பின்பு அவனும் தங்குவதற்குச் சம்மதித்தான்.

இரவு தூங்குவதற்கான தலையணைகள், போர்வைகள் எல்லாவற்றையும் அவனுக்கு அளித்துவிட்டு, அருந்துவதற்காக ஒரு கோப்பைப் பாலையும் அருகில் வைத்தவள், "இரவில் குளிர் அதிகம் இருக்கும்", என்றும், கதவை நன்றாகச் சாத்திக்கொள்ளுமாறுக் கூறிவிட்டு, விளக்கை அணைத்துவிட்டுத் தூங்கச்சென்றாள். கண்களை மூடித் தூங்கியவனுக்கு, தன்னுடைய இந்தப் பயணம் எதை நோக்கி அழைத்துச் செல்கிறது என்பதும், இந்த விளையாட்டில் தன்னுடைய பங்கு என்ன என்பதும் புரியாத புதிராகவே இருப்பதாகத் தோன்றியது. யார் இந்த மேரி சாக்ஸி, தன் குழந்தையின் கடைசி நிமிடங்களை எப்படி

அவனுடன் அவள் செலவழித்திருப்பாள் என ஒவ்வொன்றாக யோசித்துக்கொண்டிருந்தவன் அப்படியே தூங்கிவிட்டான்.

கதவு மெதுவாகத் திறக்கப்படும் சத்தம் கேட்க, காலடியோசை ஒன்று தன் அருகில் வருவதை உணர ஆரம்பித்தான். கண்களைத் திறக்காமல் இமைகளை மட்டும் குறுக்கிக்கொண்டு திறந்து பார்க்க, அவன் அருகில் இரு காலடிகள் நிற்பதையும், மந்திரங்களை முணுமுணுக்கும் சத்தங்களும் கேட்க ஆரம்பித்தது. மந்திரத்தின் சொல்லுக்கேற்பத் தன் உடல் இறுக்கமடைவதை உணர ஆரம்பித்தான். உடல் ஒரு கட்டத்தில் அவனுடையக் கட்டுப்பாட்டை இழந்து, முழுவதும் மந்திரத்தின் கட்டுப்பாட்டிற்குள் நுழைய, மெதுவாக கண்களைத் திறந்தான். எதிரே மேரி சாக்ஸி அவனைப் பார்த்துச் சிரித்தாள். ஒரு நிமிடம் தான் அவளின் பிடியில் சிக்கிக்கொண்டதை உணர்ந்தவன், எழுந்து உட்கார ஆரம்பித்தான். எதிரே எந்த வித சொல்லுமின்றி அவனையே பார்த்துக்கொண்டிருந்தாள் மேரி. அவளின் பார்வையின் வெளிச்சம் கூடி கருவிழி முழுவதுமாக, வெள்ளை விழிகளாக மாறியது. அவளைப் பார்த்துக்கொண்டே இருந்தவன், தன் குழந்தையின் கடைசி அழுகை ஒவ்வொரு இரவும் தன்னைத் தொந்தரவு செய்வதைச் சொல்லிப் புலம்பி அவள் கால்களில் விழுந்து கண்ணீர் விட ஆரம்பித்தான்.

மேரி அவன் காலைத் தட்டி எழுப்பினாள். மெதுவாகக் கண்விழித்தவன், எதிரே மேரி நின்றுகொண்டிருப்பதையும், இரவு நடந்ததற்கான எந்த அறிகுறிகளும் அவளிடம் இல்லாமல் இருக்க, அவளையே பார்த்துக்கொண்டிருந்தான். காபி தயார் செய்துவிட்டதாகவும், குளிப்பதற்காக வெந்நீர் சுட வைத்திருப்பதாகவும் கூறியவள், குளித்துவிட்டு வந்தால் தானும் அவனும் சேர்ந்து ஒரு இடத்திற்குச் செல்லலாம் என்றும் சொன்னாள். படுக்கையிலிருந்து விரைவாக எழுந்தவன், குளித்துவிட்டு வர அவள் உணவை மேஜையில் எடுத்துவைத்தாள். இருவரும் ஒன்றுபோல் அமர்ந்து சாப்பிட்டார்கள். இரவு நடந்தது கனவா? இல்லை தன் மனது காட்டும் பிம்பக்கட்டுமானமா? என்று குழம்பிக்கொண்டு இருக்க, அவள் சாப்பிட்டுவிட்டு, வீட்டு வேலைகளையும் முடித்துவிட்டு, அவன் அருகில் வந்து கிளம்பலாமா என்று கேட்டாள். அவன் கையைக் கழுவி எழுந்திருக்க, அவனுக்கு ஒரு குளிர்தடுப்பானை எடுத்துக்கொடுத்தாள். இருவரும் வெளியே வர, அந்த ஊரில் இருக்கும் அத்தனைக் கண்களும் இவர்கள்

இருவரை மட்டுமே பார்ப்பதை உணர்ந்தான். இருவரும் எதுவும் பேசிக்கொள்ளாமல் காரில் ஏறிக்கொள்ள, அவள் அவன் அருகே உட்கார்ந்துகொண்டாள். காரின் சன்னல்கள் எல்லாவற்றையும் திறந்துவிடுமாறு கூறியவள், தங்கள் எதிரே இருக்கும் சாலையை நோக்கிச் செலுத்துமாறு கூறினாள். அவனும் அவளுடையக் கட்டளைக்குப் பணிபவனாகக் காரை செலுத்தினான்.

வழிநெடுக மரங்கள் சூழ்ந்திருக்கும் காட்டுப்பாதையில் வண்டியை செலுத்தினான். காட்டின் உள்ளே செல்லச் செல்ல பசுமையாக இருந்த வனம், கருமையாகிக்கொண்டே வந்தது. திரும்ப வேண்டிய திசைகளைத் தவிர அவனிடம் ஒரு வார்த்தை கூடப் பேசாமல் வந்தாள். இருவரும் காட்டின் நடுமையத்திற்கு வர, கயிறு பிடித்து வட்டம் போட்டது போல் மரங்கள் வெட்டப்பட்டு, நடுவே ஒரு மைதானம் இருந்தது. மைதானத்தின் நடுவில் கருமை நிறம் கொண்ட சிலை ஒன்று இருக்க, அதன் அருகே காரை நிறுத்தினான் சாம்வேல். காரிலிருந்து இறங்கிய மேரி நேராக அந்த சிலை அருகே சென்றாள். ஏசுவின் முக அமைப்பையும், நான்கு கைகள், நான்கு கால்கள், தலையில் முள் கிரீடம், அந்தக் கிரீடத்தின் மேல் கழுகும், பூனையும் கொண்ட கலவையில் ஒரு உயிரினத்தின் உருவமும் சிலையாக பதிக்கப்பட்டு இருந்தது. அப்பொழுதுதான் அவனுக்கு ஞாபகம் வந்தது. கல்லறையில் அந்தச் சிறுவன் காட்டிய தூணில் பதித்திருந்த உருவம் அது என்பது. அந்தச் சிலையின் கீழே சாம்பல் போல் ஒன்று கொட்டிக்கிடந்தது. அதன் முன்னால் மண்டியிட்ட மேரி தன் வாய்க்குள்ளயே மந்திரத்தை ஜெபம் செய்ய ஆரம்பித்தாள். மந்திரத்தைச் சொல்லிமுடித்தவள், அந்தச் சாம்பலை எடுத்து நெற்றியில் பூசிக்கொண்டாள். அருகே நிற்கும் சாம்வேலையும் ஜெபம் செய்யச் சொல்ல, மறுப்பேதும் சொல்லாமல் சிலையின் முன் மண்டியிட்டு ஜெபம் செய்ய ஆரம்பித்தான். தனது மனதின் துயரங்களைக் கூறிக்கொண்டிருந்தவனின் வாயில் அவன் அறியாமல் சில மந்திரங்கள் வெளிப்பட்டுக்கொண்டிருக்க, சொல்லிமுடித்ததும் அதிர்ந்தவனாக எழுந்து பின்னோக்கி நகர்ந்தான்.

“பயப்பட வேண்டாம். அந்த மந்திரம் உன் ஆன்மாவின் மந்திரம். மந்திரம் தன்னைத்தானே வெளிப்படுத்திக்கொள்ளும் தளம் இது. எல்லா மனிதனுக்குள்ளும் ஒரு மந்திரம் உள்ளது. அதை வெளிப்படுத்துவதற்காகத்தான் அவன் தன் வாழ்நாள் முழுவதும்

அலைந்துகொண்டிருக்கிறான். சிலருக்கு ஓம், சீஸஸ், அல்லா இருப்பது போல்...”

“எதற்காக என்னை இங்கு அழைத்து வந்தீர்கள்?”

“உன் தேடலின் முடிவை அறிந்துகொள்வற்காக. மந்திரம் விருப்பம், செயல், சொல் என்ற அடிப்படையில் இயங்குவது. விருப்பம் என்பது நமக்கு நடக்கவேண்டியவற்றை நினைத்துக்கொள்வது, செயல் அதனை நடத்துவதற்கான சடங்குமுறைகளையும், சொல் சடங்கில் கூறவேண்டிய மந்திரங்களையும் அடிப்படையாகக் கொண்டது. இவை மூன்றிலும் ஒருவனுக்குச் சொல் முதலில் வருகிறது என்றால், அவன் வாழ்க்கையில் ஏதோ அதிசயத்தை அடையப்போகிறான் என்று அர்த்தம். நேற்று இரவு உன் தூக்கத்திலிருந்து இடைவிடாது மந்திரத்தை மட்டுமே நீ உதிர்த்துக்கொண்டிருந்தாய். மந்திரத்தில் ஒத்த மந்திரம், தொத்து மந்திரம், தீய மந்திரம், தூய மந்திரம் எனப் பலவகை மந்திரங்கள் இருக்கிறது. நீ கூறிய மந்திரத்தைக் கேட்கக் கேட்க ஒன்றுதான் உதித்தது. தூய மந்திரம்தான் உன் இலக்கு.”

“நான் தேடி வந்தது மந்திரத்தை அல்ல?”

“மந்திரத்தைக் கண்டுபிடித்தவன் தன் வாழ்க்கையின் எல்லையை கண்டுபிடித்தவனாவான். உன் குழந்தை எங்கே என்பதுதானே உன் கேள்வி?”

“ஆம்?”

“அதற்கு முன்னால் நீ உன் வாழ்க்கையில் சந்தித்த மிகப்பெரிய இழப்பு எது என்று உனக்கு ஞாபகம் இருக்கிறதா?”

சிறிது நேரம் அமைதியாக இருந்தவன், “என் அப்பாவின் இறப்பு”, என்றான்.

“அப்பாவின் இறப்பைப் பற்றிச் சொல்லமுடியுமா?”

“எங்கள் ஊர் வழக்கத்தில் இறந்தவர்களைப் புதைப்பதோ, எரிப்பதோ இல்லை. அவர்களை எங்கள் ஊரின் மலையுச்சியில் இருக்கும் ஒரு பாறைப்படுக்கையின் மேல் படுக்கவைத்துவிட்டு வந்துவிடுவார்கள். அவர்களின் உடல் இந்தப் பூமியில் இருக்கும் உயிரினங்களுக்கு உணவாகட்டும் என்று. அப்படி வைத்துவிட்டு வந்தவரைத் திருப்பிச் சென்று பார்ப்பது என்பது பாவச்செயல்.

அப்படி யாரேனும் பார்த்தார்கள் என்று கண்டுபிடிக்கப்பட்டால், அவர்களைத் தங்கள் ஊரிலிருந்து பிரித்து அனுப்புவது வழக்கம். ஆனால் அதையும் மீறி நான் அவரைச் சந்தித்தேன். உடல் முழுவதும் ஓட்டைகளாக, சீழ் வடிந்துகொண்டிருந்தது. அவற்றைப் பார்க்கப் பார்க்கப் பொங்கும் கல்லில் வரும் நுரையை அப்பா சுண்டு விரலால் துடைத்துவிடும்போது, அந்தச் சுண்டு விரலில் படிந்திருக்கும் நுரையினைப் பார்ப்பது போல் இருந்தது. அவரை நான் பார்த்துக்கொண்டே இருக்க, அவர் என்னைக் கை நீட்டி அழைப்பது போல் இருந்தது. ஒரு நிமிடம் உண்மைதானா? என நான் யோசித்துக்கொண்டே இருக்க, மறுபடியும் அவர் கை அசைவதை என்னால் உணரமுடிந்தது. மெதுவாக நடந்து அவர் அருகே நிற்க, என்னைப் பார்த்துக்கொண்டே இருந்தார். என் கையை தன் கைக்குள் வைத்துக்கொண்டவர், “நம் வாழ்க்கையின் முடிச்சுகளை அவிழ்ப்பதுதான் இந்தப் பறவைகளின் வேலை மகனே. உன் வாழ்க்கையில் என்றேனும் இந்தப் பறவைகளைச் சந்தித்தால் அந்தப் பறவைகளின் உயிரில், இந்த அப்பாவின் சதையின் தொடர்ச்சி இருக்கிறது என்று நினைத்துக்கொள். உன் அம்மாவிடம் சென்று சொல், இங்கு எல்லாப் பறவைகளை விடவும் மூர்க்கமாகவும், ஆவேசமாகவும் குதறிக்கொண்டிருக்கும் இந்தக் கழுகிற்குள் ஒரு சிறு உயிர் குடிகொண்டிருக்கிறது, அதற்கும் உணவளித்துவிட்டு உன் அப்பா விடைபெற்றார்”, என்று சொல்லி அனுப்பினார். இப்போதுதான் தெரிகிறது. என் அப்பா இறந்த அன்று கரைந்த காகத்தின் குரல்தான் என் மகனின் இறுதி குரல் என்பதும்.

“குரலில் மட்டுமல்ல உன் அப்பாவின் சாவிலும், குழந்தையின் சாவிலும் இருக்கும் ஒற்றுமை உனக்குத் தெரியுமா?”

சாம்வேல் அதிர்ச்சியாகப் பார்க்க, “ஆமாம் அன்று உன் இறந்த குழந்தையைத் தூக்கிக்கொண்டு வந்து இந்த மரணதேவனின் காலடியில் புதைப்பதற்காகத்தான். அதற்கு முன் நடைபெறும் மரணதேவனின் குறிச்சொற்களுக்காக நாங்கள் எல்லாரும் இங்கு கூடியிருந்தோம். நேரம் ஆகிக்கொண்டே இருந்ததே தவிர, அதற்கான அறிகுறிகள் வருவதற்கான வாய்ப்புகளும் குறைவாகவே இருந்தது. நாங்கள் அன்று இரவு முழுவதும் ஒரு நிமிடம் கூட கண் அயர்ந்து தூங்கவில்லை. அதிகாலை நான்கு மணி இருக்கும். இறந்துகிடந்த உன் குழந்தையின் காலில் மெல்லிய நெருப்பு ஒன்று பரவியது. நாங்கள் எல்லோரும் நெருப்பு என்று பயந்து அலறி

குழந்தையைத் தூக்கச் செல்ல, அந்த நெருப்பு பனிக்கட்டியைவிடக் குளிர்ந்ததாக இருந்தது. எல்லோரும் அதிசயித்து நிற்க, உன் குழந்தை வெறும் நெருப்பாக இல்லாமல், மெல்ல மெல்ல மாபெரும் ஜோதியாக மாறிவிட்டான். எங்கள் வாழ்வில் அப்படி ஒரு அதிசயத்தை மரணதேவன் நிகழ்த்தியதில்லை. எல்லோரும் மெய்மறந்து இருக்க, உன் குழந்தை வெள்ளை நிறச் சாம்பலாக மாறினான். அந்தச் சாம்பலை நாங்கள் தினமும் எடுத்து நெற்றியில் பூசிக்கொண்டே இருந்தாலும், அதன் அளவு குறையவில்லை என்று சொல்லி மரணதேவனின் காலடியில் இருந்த சாம்பலைக் காட்ட, உணர்ச்சிவசப்பட்டவனாக ஓடிச்சென்று அந்தச் சாம்பலில் விழுந்து அழுதான் சாம்வேல். அவனின் அழுகை கதறலாக மாற, மேரி அவனை அணைத்துக்கொண்டாள். அவளே அவனை காரில் ஏற்றிக்கொண்டு தன்னுடைய வீட்டிற்கு அழைத்து வந்து தூங்க வைத்தாள்.

இரவில் தன் குழந்தையின் தேடல் எங்கு ஆரம்பித்தது என்பதை யோசித்தவன், எல்லாம் அந்தக் கூரை இல்லாத வீட்டையும், அங்குத் தன் காலில் கிடைத்த பனிப்பந்து என்பதும் நினைவுக்கு வர எழுந்து உட்கார்ந்தான். அவனின் அசைவைக் கண்டு மேரி கதவைத் திறந்து உள்ளே வந்தாள். தூங்கலையா? என்று கேட்க, தூக்கம் வரவில்லை என்றான். என்ன நடந்தது? என்று கேட்க, பனிப்பந்தைத் தொட்டதிலிருந்து, தான் சொல்லிக்கொண்டிருக்கும் இந்த நிமிடம் வரை நடந்தவற்றை எல்லாம் அவளிடம் விவரித்தான். இவற்றை எல்லாம் கவனமாகக் கேட்டிருந்த மேரி, தன் கதையைக் கூற ஆரம்பித்தாள். இங்கிலாந்தின் ஸ்னோஸ்ஹில் கிராமத்தில் பிறந்தாள் மேரி. லாவண்டர் பூக்களைப் பயிரிடும் தோட்டத்தில் கூலிவேலை செய்யும் அப்பாவுக்கு இருந்த ஒரே லட்சியம் எப்படியாவது மேரியை மேல் படிப்பு படிக்கவைக்க வேண்டும் என்பதுதான். சிறுவயதிலே அம்மாவைப் பறிகொடுத்த மேரி, காலையில் படிப்பு, மாலையில் அப்பாவுடன் தோட்டத்தில் வேலை என தனது நாட்களை வகுத்துக்கொண்டாள். அப்படி ஒரு நாள் மாலையில் அப்பாவுடன் வேலை செய்துகொண்டிருக்கும்போது யாரோ தன்னைப் பார்த்துக்கொண்டிருக்கும் உணர்வு ஏற்பட, மேரி நிமிர்ந்து பார்த்தாள். அங்கிருக்கும் முதல் மாடியிலிருந்து அவளைப் பார்த்துக்கொண்டு இருந்தான் கார்டர். தோட்டத்து முதலாளியின் தூரத்து உறவினன் என அப்பா சொல்ல, மேரி அதற்குப் பிறகு அவனைக் கண்டுகொள்ளவில்லை. ஆனால்

எவ்வளவு உதறினாலும் காலைச் சுற்றிவரும் நீர்ச்சுழியைப்போல், காலையிலும் மாலையிலும் அவளைப் பார்த்துக்கொண்டிருப்பதைத் தன் வேலையாக மாற்றிக்கொண்டான் கார்டர். அதை அவள் கவனித்தாலும், அவனுடன் பேசினால் தந்தையின் வேலைக்கோ, தன் படிப்புக்கோ குறை நேரலாமெனப் பயந்தவள், கார்டர் வரும் நேரம் எல்லாம் ஒதுங்கி ஒதுங்கிச் சென்றாள். ஒரு நாள் அவள் அப்பா, பறித்த லாவண்டர் மலர்களை, தோட்ட முதலாளியின் வீட்டில் குடுக்குமாறு சொல்லி மேரியை அனுப்பினார். எப்போதும் சாதரணமாக அந்த இல்லத்திற்குச் சென்று பூக்களைக் கொடுக்கும் மேரி, அன்று வீட்டுக்குள் செல்ல எதிரே கார்டர் நின்றுகொண்டிருந்தான். அவள் முதலாளி எங்கே எனக் கேட்க, அவர் குளிக்கச் சென்றிருப்பதாகவும், காத்திருக்கிறாயா? எனவும் கேட்டான். இல்லை தான் உடனே கிளம்ப வேண்டும் எனச் சொல்லி, அவனிடம் பூக்களை நீட்ட, நீட்டிய கையைப்பிடித்து இழுத்து அவள் உதட்டில் முத்தம் கொடுத்தான் கார்டர். அவனைத் தள்ளிவிட்டு வீட்டுக்கு வந்தவள் இரவு முழுவதும் அவன் நினைவாகவே இருந்தாள். மறுநாளிலிருந்து அவனைப் பார்ப்பதும், சிரிப்பதும், சைகையில் பேசிக்கொள்வதும் என அவள் வாழ்க்கையின் பொன்னான நாட்கள் அவை என சாம்வேல்லிடம் தெரிவித்தாள். அவர்கள் சந்தித்துக்கொள்ளும் இடமாகப் பிராட்வே டவரை தேர்ந்தெடுத்துக்கொண்டார்கள். ஒவ்வொரு மாலையின் சந்திப்பும் ஒரு முத்தத்தில் முடிந்தது. ஒவ்வொரு நாள் மாலையும் கார்டர் மேரியிடம் அவனை இரவில் சந்திக்க முடியுமா என்று கேட்டுக்கொண்டே இருந்தான். இரவில் கிராமத்தில் சந்திப்பது என்பது மிகப்பெரும் பாவச்செயலாகக் கருதப்பட, முடிந்தவரை அதைத் தள்ளிப்போட்டுக்கொண்டே வந்தாள். ஆனால் ஒரு நாள் மாலை கார்டர் மேரியிடம், நாளை நிலவு இல்லாத நாள் என்பதால் அவள் கட்டாயம் வரவேண்டும் என்றும், வரவில்லை என்றால் தன் உயிரை மாய்த்துக்கொள்வதாகவும் கூறி அவளை அனுப்பிவைத்தான். அவளும் வீட்டில் ஏதேதோ சொல்லி, அவர்கள் சந்திக்கும் பிராட்வே டவர்க்கு சென்றாள். அவனை எங்குத் தேடியும் காணவில்லை. அப்போது டவரின் மேலிருந்து யாரோ அவளை அழைக்கும் சத்தம் கேட்க, மேலே கார்டர் நின்றுகொண்டிருந்தான். அவனைப் பார்த்ததும் சந்தோசமாக மேரி அவனை நோக்கி ஓடினாள். இருவரும் கட்டிப்பிடித்து முத்தம் கொடுத்தபின்பு, அவளின் மொத்தக் கிராமத்தையும் டவரின் மேலிருந்து

பனிச்சுடலை ✿ 127

காட்டினான். தன் ஊரை முழுவதுமாக முதன்முதலாகப் பார்த்த சந்தோசத்தில் அவள் மெய்மறந்து நிற்க, அவளை உட்காருமாறு சொல்லியவன், தான் வைத்திருந்த துணிப்பையிலிருந்து மரணதேவனின் உருவச்சிலையை எடுத்து வைத்தான். அதை அவர்கள் இருவருக்கும் நடுவில் வைத்து மந்திரங்களை ஓத ஆரம்பித்தான். மந்திரத்தின் சத்தம் அதிகமாகிக்கொண்டே வர, அவளைச் சுற்றி குழந்தைகள் அழும் ஒலி கேட்க ஆரம்பித்தது. அவளால் அந்த ஒலியைத் தாங்கமுடியாமல் அழ ஆரம்பிக்க, மந்திரங்கள் ஓதுவதை நிறுத்திவிட்டு அவளை நேருக்கு நேராகப் பார்க்க ஆரம்பித்தான். அந்த ஒலிகள் கிராமத்தைச் சுற்றி அலையும் குழந்தைகளின் ஆவிகள் என்றும், மரணதேவனின் பிள்ளைகள் என்றும் கூறினான். மரணதேவனுக்கு நிலா இல்லாத நாட்களில் குழந்தைகள் அழும் ஒலியையும், முழுநிலவு நாட்களில் குழந்தைகள் சிரிக்கும் ஒலியையும் கேட்பது வழக்கம் என்று கூறியவன், அவள் கண்களை நோக்கிச் சில மந்திரங்களை உச்சரிக்க ஆரம்பித்தான். அதன் பிறகு கார்டரின் வாக்குகள் மட்டுமே மேரிக்குப் போதுமானதாக இருந்தது. அவன் சொல்லும் படிப்பு, அவன் சொல்லும் நண்பர்கள் என அவனின் சொல்பொருளாக மாறினாள். பைபிளைக் கண்டால் தூக்கி எறிவதும், அப்பாவுடன் சர்ச்க்கு வரமறுப்பதும், அப்பாவுடன் அடிக்கடி சண்டையிடுவதும் என அவள் ஆளே மாறிப்போயிருந்தாள். ஊரில் இருப்பவர்கள் கூட அவளுடன் பேசுவதற்கு அஞ்சினர். கார்டர் இல்லாமல் தன்னால் வாழமுடியாது என நினைத்தவள், கார்டருடன் சேர்ந்து தன் கிராமத்தை விட்டுக் கிளம்பிவிட்டாள். பின்பு லண்டனைச் சுற்றி இருக்கும் நகரங்களில் அவனுடன் தங்குவதும், ஆங்காங்கு மருத்துவமனைகளில் போலிப் பெயர்களில் வேலை செய்வதும், மரணதேவன் பற்றிப் பிரச்சாரங்களைப் பண்ணி ஆட்களைச் சேர்ப்பதும் எனக் கடந்த நாற்பது வருடங்கள் தங்கள் வாழ்க்கையை வடிவமைத்துக்கொண்டார்கள். அப்படி ஒரு நாள்தான், சாம்வேல், டிஸ்ஸோவை மருத்துவமனையில் சேர்த்ததும், குழந்தை பிறந்து இறந்ததும். ஆனால் குழந்தையைப் புதைப்பதற்காக அவள் எடுத்துச் சென்றுகொண்டிருக்கையில் அவளுக்குக் கார்டரிடமிருந்து போன் வந்ததும், போன் பேசிக்கொண்டே இருக்கையிலே தன் இறுதி மூச்சை அவன் நிறுத்திக்கொண்டதும் நடைபெற்றது. இரு நிகழ்வுகளின் தொடர்பையும் யோசித்தவள், இருவரையும் மரணதேவனின் கோயில் அடக்கம் செய்வதற்காகத் தீர்மானித்தாகவும் அதன் பின் நடந்தவைகளைச் சாம்வேலுக்கு

தெரியும் என்று கூறியவள், "எரிந்த சாம்பலில் இருக்கிறது உயிர் வாழ்வதற்கான துளி. இங்கிருந்து சென்றதும் அவன் வாழ்வில் எல்லாம் நல்லதே நடக்கும்", என்று சொன்னாள்.

காலை உணவை முடித்துவிட்டுக் காரில் ஏறி அவன் கிளம்ப, ஒரு நிமிடம் காத்திருக்குமாறு சொல்லிவிட்டு, வீட்டுக்குள் சென்று ஒரு கண்ணாடி பாட்டிலை எடுத்துக்கொண்டு வந்து அவன் கையில் கொடுத்தாள். அந்தப் பாட்டில் முழுவதும் வெள்ளைக் கலர் சாம்பலும், சில எலும்புத் துண்டுகளும் இருக்க, அதனுள்ளே ஒரு பட்டாம்பூச்சி சிறகடித்துக்கொண்டே இருந்தது. அது அவன் மகனின் எரிந்த சாம்பல் என்றும், அந்த வண்ணத்துப்பூச்சியை எவ்வளவு துரத்தினாலும் மீண்டும் பாட்டிலை சுற்றிச் சுற்றி வந்ததால் அதனையும் சேர்த்து அடைத்துவிட்டதாகவும் கூறினாள். அந்தச் சாம்பலையே பார்த்துக்கொண்டிருந்தவன், அவளுக்கு நன்றி சொல்லிவிட்டு அங்கிருந்து கிளம்பினான்.

கதவைத் திறந்து வீட்டின் உள்ளே சென்றவன் தொலைபேசி பதிவுக் குரல்களை இயக்கினான். டேனியல், செனேகாவினை பற்றியக் குறிப்புகள் கிடைத்திருப்பதாகவும், அதற்காக அவனைத் தொடர்புகொள்ள முயற்சித்ததாகவும் தெரிவித்திருந்தான். டேனியலுடைய எண்ணிற்கு அழைக்க, அவன் போனை வீட்டில் வைத்துவிட்டு, அவசர வேலையாக வெளியே சென்றிருப்பதாக அவன் மனைவி சாம்வேலிடம் கூறினாள். உடையைக் கூட மாற்றாமல் காரை எடுத்துக்கொண்டு அலுவலகத்திற்குச் சென்றான். அங்கு எல்லோரும் இரண்டு நாட்கள் அவன் எங்கு சென்றான் என விசாரித்துக்கொண்டு இருக்க, அவர்களுக்குப் பதிலேதும் சொல்லாமல் டேனியலைத் தேடினான். டேனியல் காலையிலிருந்து ஸ்டேஷனுக்கு வரவில்லை எனவும் கடந்த இரண்டு நாட்களாகவே அவன் எதையோ சிந்தித்துக்கொண்டிருந்ததாகவும் ஸ்டெபன் தெரிவித்தான். தன்னுடைய மேஜைக்கு வந்து எதேனும் குறிப்புகள் இருக்கிறதா என சாம்வேல் தேட, அப்படி எதையும் காணாமல், காரை எடுத்துக்கொண்டு செனேகாவின் வீட்டிற்குச் சென்றான். செனேகாவின் வீடு முழுவதும் தூசியாகி இருந்தது. ஆனால் அந்தத் தூசியின் மேல் பல காலடித் தடங்கள் இருக்க, வீட்டைத் திறக்கலாமா? வேண்டாமா என யோசித்துக்கொண்டே இருந்தான். அப்போது அவனுடைய மொபைல் எண்ணிற்கு டேனியலிடமிருந்து அழைப்பு வர, தாங்கள் என்னைத் தேடியதாகவும், நான் காலையில் ஹைகேட் கல்லறைத்

தோட்டத்திற்குச் சென்று வந்ததாகவும், அது சம்பந்தமாக அவனிடம் நிறையப் பேசவேண்டும் என்று கூறினான். சாம்வேல் காரை அலுவலகம் நோக்கிச் செலுத்தினான்.

காரை அலுவலகத்தின் வாசலில் நிறுத்தியவன், யாரையும் எதிர்கொள்ளும் நிலையில் இல்லாமல், விறுவிறுவென அவனுடைய அறைக்குள் நுழைந்து, எதிரே இருந்த டேனியலிடம் நடந்தவற்றை எல்லாம் விவரித்தான். அதைக்கேட்டு அதிர்ச்சியடைந்த டேனியல் இரண்டு நாட்கள் முன்பு கல்லறைத்தோட்டத்தில் இருக்கும் வேலைக்காரி செனேகாவின் அப்பாவையும், அம்மாவையும் கல்லறையில் பார்த்தத் தகவலை உங்களுக்கு அளித்துவிட்டு நான் தூங்கச் சென்றேன். ஆனால் என் கனவில் அந்தத் தோட்டத்தின் ஒவ்வொரு பகுதியும், இதற்கு முன்பு பழக்கப்பட்ட பாதையாகத் தெரிய, அதன் பாதையில் நடக்க ஆரம்பித்தேன். நான் செல்லச் செல்ல, காட்டின் மத்தியில் ஒரு சிலை இருந்தது, அந்த சிலைக்கு நான்கு கைகளும், நான்கு பாதங்களும், முள்கிரீடமும், அதன்மேல் கழுகும், பூனையும் கலந்த விலங்கொன்று பதிக்கப்பட்டிருந்தது. என் கண்முன்னால், செனேகா, கண்ணன், செனேகா அப்பா, அம்மா நான்கு பேரும் நின்றுப் பிரார்த்தனை செய்துகொண்டிருந்தார்கள். அன்று காலையில் எழுந்ததும் உங்களுக்கு நான் தொலைபேசியில் அழைக்க உங்களிடமிருந்து எந்தவிதப் பதிலும் இல்லை. எனவே நான் கொடுத்த விலாசத்திற்குத் தேடிக்கொண்டு நீங்கள் சென்றிருக்கலாம் என்று நினைத்துக்கொண்டேன். ஆனால் என் கனவில் கண்டவை உண்மையா எனப் பரிசோதிப்பதற்காக நான் அந்தக் கல்லறைக்குச் செல்ல, கனவின் ஒவ்வொரு பாகங்களும் கண்முன்னால் வந்துகொண்டே இருந்தது. அதிர்ந்தவனாகக் காட்டின் நடுப்பகுதிக்கு வந்து சேர்ந்தேன். என் கண்ணெதிரே அந்தச்சிலை எந்தவித சலனங்களுமின்றி நின்றுகொண்டிருந்தது. அவர்கள் நின்று பூஜை செய்ததற்கான இடங்களைப் பார்க்க, அவர்களின் பாதத்தடங்களை தரையில் பார்த்தேன். சிலையைப் பார்த்துக்கொண்டிருக்கும்போதே அதன் காலடியில் வெள்ளை கலரில் தூசி போன்ற எதோ பொருள் கொட்டிக்கிடக்க, அதனை உற்றுப்பார்க்கையில் சாம்பல் என்று தெரிந்தது. அதன் உள்ளே சில எலும்புத்துண்டுகளும் கிடக்க, அவற்றைச் சேகரித்துப் பரிசோதனைச் சாலைக்கு அனுப்பினேன். பரிசோதனைச் சாலையிலிருந்து அது கண்ணனின் எலும்புகள் என்று இறுதி அறிக்கையைக் கொடுத்தார் மருத்துவர். மேலும் அந்தக்

காட்டிற்குள் தேடுதல் குழுவை வைத்துத் தேடுதல் வேட்டை நடத்த, அதைப் போல் ஏராளமான சிலைகள் ஆங்காங்குக் கிடைத்தது ஆனால் எந்தச் சிலைக்குக் கீழேயும் சாம்பல் குவியல் கிடைக்கவில்லை என்பதுதான் எனக்கு ஆச்சரியமாக இருந்தது என்று கூறிமுடித்தவன் மருத்துவ அறிக்கைத் தகவலை சாம்வேலிடம் கொடுத்தான். அந்தத் தகவலை வாங்கிப்பார்த்தவன், மேரிக்கு போன் செய்து நடந்தவற்றை எல்லாம் விவரித்தான். அவற்றை எல்லாம் கவனமாகக் கேட்டவள், இன்று நிலவு இல்லாத நாள் என்பதால் இரவு பன்னிரெண்டு மணிக்கு மேல் செனேகாவின் வீட்டிற்குச் செல்லுமாறு கூறினாள். மரணதேவனின் ஆட்கள் எங்கிருந்தாலும் நிலவு இல்லாத நாட்களில் இரவு பன்னிரெண்டு மணிக்கு மேல் தங்கள் வீட்டில் ஜெபம் செய்வார்கள் என்றும், செனேகாவும், அவரது அப்பா, அம்மா இருவரும் உயிரோடு இருந்தால் இன்று இரவு அவர்களைச் சந்திக்கலாம் என்றும் கூறினாள். மேலும் பன்னிரெண்டு மணிக்கு முன்னால் எந்த நிமிடங்களிலும் அங்கு நுழைந்துவிடக்கூடாது என்றும், துணைக்கு யாரையும் அழைத்துச் செல்லவேண்டாம் என்றும் கட்டளை இட்டாள். டேனியல் அவனைப் பார்க்க, சாம்வேல் தான் மட்டும் செல்வதாகவும், நாளை காலை திரும்பவில்லை என்றால், தங்களுடைய துறையிலிருந்து ஆட்களை அழைத்துக்கொண்டு அங்கு வந்து சேருமாறு சொல்லிவிட்டு அவனை வீட்டுக்கு அனுப்பிவிட்டு, தானும் வீட்டிற்குக் கிளம்பினான்.

அவன் வீட்டிலிருந்து செனேகாவின் வீட்டுக்கு இருபது நிமிட இடைவெளி என்பதால் இரவு 11.30 க்கு மேல் கிளம்பினால் போதும் என்ற மனநிலையில், குளித்துவிட்டுச் சிறிது நேரம் தூங்கலாம் என்று நினைத்தவன், அலாரம் அடித்து எழந்து, வாட்ச்சைப் பார்க்க மணி பன்னிரெண்டு என்று காட்டியது. அவசர அவசரமாக, பேண்டை மட்டும் மாற்றிக்கொண்டு கிளம்பினான். காரில் வரும் வழியில்தான் தான் துப்பாக்கியை மறந்துவிட்டது ஞாபகத்திற்கு வர, திரும்பிச் செல்வதற்கு நேரமில்லை என்பதால் வண்டியை வேகமாகக் கிளப்பினான். முழு இருட்டில், காரின் முகப்பு விளக்கின் வெளிச்சத்தில் வண்டியை செலுத்தியவன், செனேகா வீட்டிற்கு முன்னால் இருக்கும் தெருவிலேயே வண்டியை நிறுத்திக்கொண்டான். தூரத்திலிருந்துப் பார்க்க, செனேகாவின் வீட்டின் உள்ளறையில் மெழுகுவர்த்தியின் சுடர் அளவுக்கு வெளிச்சம் படர்ந்திருந்தது. தன் கைக்கடிகாரத்தைப் பார்க்க, மணி

12.15 என்று காட்ட, போவதா? வேண்டாமா? என்று யோசித்தவன், செனேகாவின் வீட்டை நோக்கி நடக்க ஆரம்பித்தான். வீடு அதே பாழடைந்த நிலையில் இருக்க, வீட்டின் முன்னால் காலடித் தடங்கள் பதிந்திருப்பதைக் கண்டான். வீட்டின் கதவை மெதுவாக தொட, தானே அது திறந்துகொண்டது. வீட்டின் உள்ளே அவன் நுழைந்ததும், கதவு தானாக மூடிக்கொண்டது. அதிர்ந்தவனாகக் கதவைத் திறக்க முயற்சிக்க, எங்கிருந்தோ மந்திரங்கள் ஓதும் ஒலி அவனுக்குக் கேட்க ஆரம்பித்தது. கதவைத் திறப்பதை நிறுத்தியவன், மந்திரங்கள் வரும் திசையை நோக்கி நடக்க ஆரம்பித்தான். உள்ளே செல்லச் செல்ல, ஆங்காங்கு மரணதேவனின் சிலைகள் மூலைக்கு மூலை நிறுவப்பட்டு, அதன் முன்னால் விளக்கு ஒன்று ஏற்றப்பட்டிருந்தது. இரண்டு அறையைக் கடந்து மூன்றாவது அறைக்குள் நுழைய, அறையின் நடுவில் மெழுகுவர்த்தியின் ஒளியில் மரணதேவன் சிலை அவனைப் பார்த்துச் சிரிப்பது போல் இருக்க, ஆறுகண்கள் திரும்பித் தன்னைப் பார்ப்பதையும், மூன்று உதடுகள் சிரிப்பதையும் உணர ஆரம்பித்தான். பதறியவனாகப் பின்னால் வர, “பயப்படவேண்டாம் சாம்வேல்”, என்று செனேகா அவனை நோக்கி வந்துகொண்டிருந்தாள். பயந்தவனாக மேலும் பின்னால் செல்ல, “கவலைப்படுவதற்கு ஒண்ணுமில்லை, எதைப் பற்றியும் யோசிக்காமல் இருங்கள்” என்று அவன் அருகில் வர, உறைந்தநிலையிலிருந்த அவனுடைய வாயிலிருந்து மந்திரங்கள் உதிக்க ஆரம்பித்தது. அந்த மந்திரத்தைக் கேட்டவள் கத்தி அழ ஆரம்பிக்க, பின்னாலிருந்து செனேகாவின் அப்பாவும், அம்மாவும் ஓடிவந்து அவளைப் பிடித்துக்கொண்டார்கள், சாம்வேலின் மந்திரத்தை நிறுத்துமாறு சொல்லி அவன் காலில் விழுந்தார்கள், ஒரு நிமிடம் என்ன நடக்கிறது என்று புரியாமல் குழம்பி நின்றவன், அவர்கள் கால்களில் விழுந்து கிடப்பதைக் கண்டு பதறினான். இருவரையும் எழுமாறு சொல்ல, அவன் மந்திரத்தை நிறுத்தினால்தான் எழுவோம் என்று அவர்கள் சொன்னார்கள். தான் எந்த மந்திரமும் சொல்லவில்லை, தனக்கு அப்படி எதுவும் தெரியாது என்றும் கூறினான். இல்லை அவன் மந்திரத்தைக்கூறியதைத் தங்கள் காதுகளால் கேட்டதாகவும், அது மரணதேவனுக்கு எதிரான மந்திரம் எனக்கூறிய செனேகாவின் அப்பா, அவனைத் தயவுசெய்து கிளம்பிவிடுமாறு சொல்ல, கண்ணன் எங்கே? அவனுக்கு என்ன நடந்தது எனத் தெரியாமல் தான் இங்கிருந்து செல்லமாட்டேன் எனச் சொல்ல, அவனுக்கு அவன் பற்றித் தெரியவேண்டும் என்றால், பூஜை முடியும்வரை

காத்திருக்கவேண்டும் என அவர்கள் கேட்டதற்கு, தான் அதுவரை காத்திருப்பதாகப் பதிலளித்தான் சாம்வேல். அழுதுகொண்டிருந்த செனேகாவை, அம்மா அணைத்துக்கொண்டு மரணதேவனின் முன்னால் உட்காரவைக்க, மூவரும் மரணதேவனை நோக்கி மந்திரங்களைச் சொல்ல ஆரம்பித்தார்கள். அவர்களையே பார்த்துக்கொண்டிருந்த சாம்வேல்க்கு, தமக்கு எங்கிருந்து மந்திரங்கள் வந்தது என யோசிக்க, இங்கு வருவதற்கு முன்னால் கடைசியில் மேரியுடன் பேசும்போது அவள் சொன்ன சில வாக்கியங்கள் என்பது நினைவுக்கு வந்தது. மூவரும் பிரார்த்தனை முடிந்து எழுந்து வீட்டின் விளக்குகளை எல்லாம் இயக்க, வீடு முழுவதும் இயேசுவின் புகைப்படங்களும், அவரின் வாசகங்களும் ஆங்காங்கு மாட்டப்பட்டிருந்தது. அவனை எதிரே இருக்கும் சோபாவில் உட்காரச் சொல்லி, செனேகாவும், அவள் அப்பாவும் எதிரே அமர்ந்துகொண்டார்கள். அம்மா அவர்களுக்கு உணவுத் தயார் செய்வதாகச் சொல்லிவிட்டுச் சமையலறைக்குள் சென்றாள். செனேகா என்ன பேசுவது என்று தெரியாமல் சாம் வேலையைப் பார்த்துக்கொண்டிருக்க, அன்று இரவு என்ன நடந்தது? என்று சாம்வேல் செனேகாவைப் பார்த்துக் கேட்டான். செனேகா நடந்ததை விவரிக்க ஆரம்பித்தாள்.

கண்ணனின் நண்பர்கள் இருவரும் வீட்டிற்குச் சென்றதும், நானும் கண்ணனும் ரோட்டில் நடந்துகொண்டிருந்தோம். இருவரும் வானில் இருக்கும் நட்சத்திரங்களையும், இரவின் குளிரைப்பற்றியும் சந்தோசமாகப் பேசிச் சென்றுகொண்டிருக்க, திடீரென கண்ணன் என்னிடம், "சுடுகாட்டிற்குச் செல்லலாமா?", என்று கேட்டான். சாகசத்தை விரும்பிய மனது சரி என்று ஏற்றுக்கொண்டது. எந்தக் கல்லறைக்குச் செல்லலாம் என யோசிக்க, என் அப்பா அம்மா வேலை செய்யும் கல்லறைக்கே செல்லலாம் என அவன் சொல்ல, நானும் அதற்குச் சம்மதம் சொன்னான். கல்லறைக் காவலாளி என்னைப் பார்த்ததும் எந்தக் கேள்வியும் கேட்காமல் உள்ளே அனுமதிக்க, நாங்கள் கல்லறையின் நடுமையத்திற்கு வந்து சேர்ந்தோம். அக்கல்லறையின் இறுதி எல்லை அதுதான் என்பது அம்மா, அப்பாவை நான் பார்க்கச் செல்லும் நேரங்களில் அவர்கள் சொல்லக் கேட்டிருக்கிறேன். ஆனால் அவன் அன்று அதைத் தாண்டிச் செல்லலாம் எனச் சொல்ல, நானும் அவன் சொல்லுக்கு மறுப்பேதும் சொல்லாமல் சென்றேன். நாங்கள் உள்ளே செல்லச் செல்ல, ஆந்தைகளின் அலறல்களும்,

கரட்டான்களின் கிரீச்சிடலும், தவளைகளின் கரகரப்பும், பாம்பின் மூச்சு விடும் ஓசையும் எங்களைச் சுற்றிக்கொண்டே இருந்தது. எல்லையைத் தாண்டி நாங்கள் உள்ளே வர, எங்கள் முன்னே மற்றொரு எல்லை இருந்தது. ஆனால் எல்லையின் முன்னால் டவர் அமைப்பில் ஒரு கட்டடம் நின்றுகொண்டிருந்தது. "இந்த இடம் அவனுக்கு எப்படித் தெரியும்?", என்று கேட்க, தான் லண்டன் வந்ததிலிருந்து சுடுகாட்டின் அமைப்புகளை ஆராய்ச்சி செய்வதாகச் சொன்னவன், என்னை அழைத்துக்கொண்டு அந்த டவரின் மேலே சென்றான். இருவரும் டவரின் மேலே நின்று மொத்த லண்டனையும் ரசித்துக்கொண்டிருக்க, என்னைக் கீழே அமருமாறு சொன்னான். நான் ஏன் எதுவும் கேட்காமல் அவன் முன்னால் அமர, சிலை ஒன்றை எடுத்து என் முன்னால் எடுத்துவைத்தான். அந்தச் சிலையைப் பார்த்த என்னால் அதிர்ச்சியைத் தாங்கமுடியவில்லை, ஏனென்றால் நாங்கள் காலங்காலமாக வழிபட்டுக்கொண்டிருக்கும் மரணதேவனின் சிலை அது. நான் அதிர்ந்து நின்றுகொண்டிருக்கையில், அவன் அதன்முன்னால் நின்று மந்திரங்களை ஜெபம் செய்ய ஆரம்பித்துவிட்டான். அவன் குரல் ஏறிக்கொண்டே இருக்க, என் அருகே இன்னொரு குரல் கேட்க ஆரம்பித்தது. என் கண்முன்னே அவன் பின்னால் நிழல் உருவங்களாக ஒரு பெண்ணும் ஒரு பையனும் எங்களைப்போல் உட்கார்ந்து மந்திரங்களை உச்சரித்துக்கொண்டிருந்தார்கள். நான் அந்தப் பையனின் முகத்தைப் பார்க்க, அது என் அப்பாவின் முகச்சாயலில் இருந்தது. கண்ணன் மந்திரத்தைச் சொல்லி முடிக்க, அந்த இரு உருவங்களும் கண்முன்னால் புகையாக மறைய ஆரம்பித்தது. நானும் அவனும் மட்டுமே தனித்து இருக்க, எங்கள் மேல் பனி பொழிய ஆரம்பித்தது. "அந்தச் சிலை எங்கே கிடைத்தது?", என அவனிடம் கேட்க, இரவு நேரங்களில் சுடுகாடுகளைச் சுற்றி அலைவது தன் வழக்கம் என்றும், அப்படி ஒரு நாள் அலைந்துகொண்டிருக்கையில் இந்தச் சிலை கிடைத்ததாகவும், சிலை கிடைத்த மறுநாளிலிருந்து தன் வாழ்க்கை முன்போல் இல்லை என்றும் கூறினான். அந்தச் சிலை தன்னுடன் உரையாடுவதாகவும், தான் லண்டன் வந்ததற்கான காரணம் அந்தச் சிலையில் இருப்பதாகவும் நம்ப ஆரம்பித்திருப்பதாகவும் சொன்னான். இரவில் என்னை வீட்டில் விட்டுச் சென்றவுடன், நான் என் பெற்றோரிடம் நடந்தவற்றை எல்லாம் விவரிக்க, தங்களுடைய மரணதேவன் ஏன் எங்கிருந்தோ வந்த ஒருவனுக்குத் தன் உருவத்தைக் காண்பிக்கவேண்டும் என்றும், அவன் தங்கள்

வாழ்வில் நுழைந்த ஒரு தீய சக்தி என்றும் கூறினார்கள். மேலும் நான் அவனைச் சந்திப்பதில்லை என்ற உறுதிமொழியையும் வாங்கிக்கொண்டார்கள். அவர்களிடம் நான் அந்த நிழல் உருவத்தைப் பற்றிக் கேட்க, அது என்னுடைய தாத்தா என்றும், அவருக்கு இளவயதிலிருந்தே மரணதேவனுடன் உரையாடுவது இயல்பு என்றும் கூறினார். அதற்கு அடுத்தநாளிலிருந்து நான் அவனைச் சந்திப்பதைத் தவிர்த்துக்கொண்டே வர, அவனும் என் பின்னால் காரணத்தைத் தேடிக்கொண்டே அலைந்தான். கல்லூரி, வேலை செய்யும் இடம், சந்திக்கும் காபி கபே என அவன் என்னைத் தொடர்பு கொள்ளும் இடங்களை எல்லாம் துண்டித்துக்கொண்டேன். அதனைத் தாண்டியும் என் வீட்டிற்கு நேராக வந்து என் பெற்றோரிடம் விசாரிக்க, என் பெற்றோர்கள் நான் அவனைச் சந்திக்க விரும்பவில்லை என்று சொல்ல, அவனும் விடாப்பிடியாக வந்துகொண்டே இருந்தான். அதனால் அவனை என்ன செய்வது என்று முடியாமல் நானும் என் பெற்றோரும் குழம்பிக்கொண்டு இருக்க, அப்பா மரணதேவனிடம் கேட்கலாம் என்று சொன்னார். தன் கல்லூரிக்காலங்கள் முழுவதும் இயேசுவை மட்டுமே கடவுளாக நம்பி வந்த என் தாத்தா, அங்கு அவருக்குக் கிடைத்த அறிமுகங்கள் மூலம் மரணதேவனைப் பற்றித் தெரிந்துகொண்டார். அதன் பின் உலகத்திற்கு இயேசுவையும், உள்ளத்திற்கு மரணதேவனையும் நாங்கள் வழிபட ஆரம்பித்தோம். மரணதேவன் யாருக்கும் விரும்பி மரணத்தைத் தருவதில்லை எனவும், விரும்பும் மரணத்தை அவன் தரவேண்டும் என்றால், எங்கள் ரத்த உறவுகள் ஒன்றை அவருக்கு பலிகொடுக்க வேண்டும் என்பது மரணதேவனின் விதி என்று கூறினார். யாரைப் பலிகொடுக்கலாம் என்று எங்களுக்குள் ஆலோசித்துக்கொண்டிருக்க, கடைசியில் என் அப்பாவின் அப்பாவைப் பலிகொடுக்கலாம் என்று முடிவு செய்தோம். அவர் அப்போது கிராமத்தில் ஒரு பெண்ணுடன் வாழ்ந்துவந்ததும், என் அப்பாவுடன் பேச்சுவார்த்தையில் இல்லை என்பதும் எனக்குத் தெரியவந்தது. உறவைத் தொடர வந்திருப்பதாகச் சொல்லி நான் அவரை அடிக்கடிச் சென்று சந்தித்தேன். அவருடன் இருக்கும் பெண் இல்லாத நேரங்களை அவரைச் சந்திப்பதற்காகத் தேர்ந்தெடுத்துக்கொண்டேன். அவரைப் பலிகொடுப்பதற்கான நாளையும் நாங்கள் குறித்துக்கொண்டோம். இந்த நிகழ்வுகளுக்கான முடிவு எடுத்த நாளிலிருந்தே நாங்கள் எங்கள் வீட்டில் தங்குவதைத் தவிர்த்துக்கொண்டே வந்தோம். பெரும்பாலும் அப்பா, அம்மா

வேலை செய்யும் சுடுகாட்டில் யாரும் இல்லா இரவுநேரங்களை எங்களுக்கானதாகப் பயன்படுத்திக்கொண்டோம். அவரைப் பலிகொடுப்பதற்கான எல்லா ஏற்பாடுகளையும் செய்து முடித்து நாங்கள் இரவுநேர ஜெபத்தை ஆரம்பித்தோம். ஆனால் அன்று இரவு நாங்கள் எங்கள் வாழ்நாளில் கண்டிராத பனிப்பொழிவு நிகழ்ந்தது. மரணதேவனுக்கான எல்லாப் பூஜைகளையும் அப்பா கண்காணித்துக்கொண்டிருக்க, என் தாத்தாவின் மரணத்திற்கான பொறுப்புகளை நான் ஏற்றுக்கொண்டேன். பூஜையின் முடிவில் எங்கள் முன்னால் பனியின் ஒரு துகள் வந்து விழுந்தது. அதனைப் பார்த்த மாத்திரத்தில் அது என் தாத்தாவின் ஆன்மா என்பது புரிய, அப்பா தன் மந்திர உச்சாடனங்களை உயர்த்தினார். அந்தப் பனித்துகள் எழுந்து மறைந்தது. என் அப்பா தன் முன்னால் ஒரு பாட்டிலைத் திறந்து வைத்து, தன் மந்திரங்களின் வீரியத்தைக் கத்திச் சொல்ல ஆரம்பிக்க, பனியோடு பனியாக சாம்பல்துகள்களும், எலும்புகளும் வந்து அந்தப் பாட்டிலுக்குள் தானே விழுக ஆரம்பித்தது. என் அப்பா அந்தப் பாட்டிலை மூடும் சமயத்தில் எங்கிருந்தோ ஒரு பட்டாம் பூச்சி உள்ளே வந்து நுழைந்தது. என் அப்பா எவ்வளவோ முயற்சி செய்தும், அதனை அந்தப் பாட்டிலிலிருந்து வெளியேற்ற முடியவில்லை. அதனுடன் சேர்த்தே என் அப்பா அதனை அடைத்துவிட்டார் என்று சொல்லி, தூரத்திலிருக்கும் பாட்டிலைக்காட்டினாள். அதில் சாம்பலும் எலும்புகளுக்கும் நடுவில் ஒரு பட்டாம்பூச்சி சிறகடித்துக்கொண்டிருந்தது. அதைப் பார்த்த சாம்வேல் செனேகாவிடம், “அதன் பிறகு?”, என்று கேட்டான். மறுநாள் காலை கண்ணனின் வீடு காணாமல் போனதும் அவன் எங்கிருக்கிறான் என்பதும் கேள்வியாக லண்டன் முழுவதும் செய்தியாக ஒலிப்பரப்பாகிக்கொண்டிருந்தது. எங்களுக்கான இடர்கள் முடிந்துவிட்டது எனவும், நாங்கள் எல்லோரும் சந்தோசமாக இருக்கலாம் என நினைத்திருந்த நேரத்தில்தான் போலீஸ் விசாரணை என சாம்வேல் உள்ளே நுழைந்ததால் பல பிரச்சனைகள் ஏற்படலாம் என்பதால் கல்லறைத் தோட்டத்திலேயே நாங்கள் தங்குவதற்கான இடத்தைத் தேர்ந்தெடுத்துக்கொண்டோம். ஆனால் அந்த இடத்தையும் டேனியல் கண்டுபிடித்துவிட்டான். அதற்கு மேல் என்ன செய்வது என்று தெரியாமல் நாங்கள் எல்லோரும் முழித்துக்கொண்டிருந்ததாகவும், அப்போதுதான் இரவு நேரங்களில் அந்தப் பாட்டிலில் இருந்து யாரோ அழும் சத்தம் கேட்க ஆரம்பித்தது, என்ன செய்யலாம் என்று எல்லோரும்

யோசித்துக்கொண்டிருக்க, அப்பா வரும் நிலவு இல்லாத நாளில் அதற்கான விடையை நாம் கண்டுபிடித்துவிடலாம் எனச் சொன்னார். பூஜைக்கான இடமாக வீட்டைத் தேர்வுசெய்ததாகவும், அதற்குள் தாங்கள் பூஜையில் இடையில் நுழைந்துவிட்டீர்கள் எனவும் சொல்லிமுடித்தாள் செனேகா. "இப்போது செய்த பூஜையின் முடிவுதான் என்ன?", என்று சாம்வேல் கேட்க, கண்ணனின் கடைசி ஆசை தன் தந்தையைப் பார்த்துவிடவேண்டும் என்பதுதான் என்று சொல்ல, சாம்வேல் அந்தப் பாட்டிலைத் தன்னிடம் தருமாறு கூறினான். அங்கிருந்தத் தொலைபேசியை எடுத்து டேனியலுக்கு போன் செய்து தங்கள் துறை ஆட்களை அழைத்துவருமாறு கூறினான். செனேகாவை வீட்டைச் சுற்றி ஆட்கள் நின்றுகொண்டிருக்க, செனேகா, அவள் அம்மா, அப்பா எல்லோரையும் கைது செய்து போலீஸ் அழைத்துக்கொண்டுச் சென்றது. கையில் பாட்டிலுடன் நின்றுகொண்டிருந்த சாம்வேல், காரில் உட்கார்ந்திருந்த செனேகாவிடம், "பலிகொடுத்த தாத்தாவின் பெயர் என்ன?' என்று கேட்க, கார்டர் என்று பதிலளித்தாள்.

மேரிக்கு போன் செய்து நடந்தவற்றை எல்லாம் சொல்லிவிட்டு கார்டர் யாரென்று கேட்க, கார்டர் என்பவர் மரணதேவனின் பூஜை செய்யும் உரிமை பெற்றவர் என்றும், அவர் தங்கள் உருவாக்கிய கார்டர்களில் ஒருவராக இருக்கலாம் என்றும் பதிலளித்தாள். செனேகா மற்றும் அவரது அப்பா, அம்மா சம்பந்தப்பட்டத் தகவல்களை எல்லாம் அலுவலகத்தில் சமர்ப்பித்துவிட்டு வந்த சாம்வேல்க்கு தன் மனைவியின் ஞாபகம் வந்தது. அவளைத் தொலைபேசியில் தொடர்புகொள்ள, அவள் தற்போது சிறிது குணமாகியிருப்பதாகவும், முடிந்தால் அவன் வந்து பார்த்துச் செல்லுமாறு டிஸ்ஸோவின் அப்பா கூற, சாம்வேல் கிளம்பி அங்கு சென்றான். அப்பொழுதுதான் அவர்கள் இருப்பது மேரியின் ஊரான ஸ்னோஸ்ஹில் என்பது ஞாபகம் வர, டிஸ்ஸோவின் வீட்டிற்குச் சென்றான். எப்பொழுதும் அவனைக்கண்டு பதறிக்கொண்டிருக்கும் டிஸ்ஸோ அவனை நெருங்கி வந்து அணைத்துக்கொண்டாள். அவனும் தாயைத் தேடும் குழந்தையைப் போல் அவள் உடலில் குறுகிக்கொண்டான். தாங்கள் இருவரும் காலார நடந்து வருவதாகவும், இரவு உணவுத் தயார் செய்யுமாறும் தன் தாயாரிடம் சொல்லிவிட்டு, அவனிடம் ஒரு இடத்தைக் காட்டவேண்டும் என்று சொல்லி அவனை

அங்கிருக்கும் டவர்க்கு அழைத்து சென்றாள். அந்த டவரைப் பார்த்ததும், அவனறியாமல் பயம் வர, நாம் இன்னொரு நாள் செல்லலாம் என்று சொன்னான். ஆனால் டிஸ்ஸோ கண்டிப்பாக அங்கே செல்லவேண்டும் எனச் சொல்ல, வேறு வழி இல்லாதவனாய் அவளுடன் நடந்து மேலே ஏறினான். உச்சியை அடைந்ததும் எங்கிருந்தோ வந்த காற்று தங்களைத் தொட, மனது இலகுவாகுவதாகவும், நெஞ்சில் இருந்த பயம் அனைத்தும் மறைவதை அறிந்த சாம்வேல், டிஸ்ஸோவையே பார்த்துக்கொண்டிருந்தான். டிஸ்ஸோ முகத்தில் கவலைக்குறிகள் ஏதும் இல்லாமல் இருக்க, "அவளுக்கு என்ன நேர்ந்தது?" என்று கேட்டான். ஒரு நாள் மாலையில் தான் இதுபோல் எங்கு போகிறோம் எனத் தெரியாமல் அந்த டவரில் ஏறி நின்று, "தன் துன்பத்தின் மொத்த விடை மரணம்தான்", என்று முடிவுசெய்து உயிரை மாயத்துக்கொள்ள நினைத்த நேரத்தில் எங்கிருந்தோ வந்த பறவை ஒன்று என் முன்னே வந்து கூவியது. ஒரு நிமிடம் யோசித்தவளாக, அந்த பறவை என்னிடம் எதோ சொல்ல வருவதாக நினைக்க, அது சொல்லுவதைக் கவனமாகக் கேட்க ஆரம்பித்தேன். "யாரோ ஒருவரின் நினைவில் நாம் வாழும் நொடி வரையில் நமக்கு மரணம் என்பதே இல்லை", என்று சொல்லிக்கொண்டிருப்பதாகத் தோன்ற, நான் அங்கிருந்து இறங்கிக் கீழே வீட்டிற்குச் சென்றேன். அதன் பிறகு நான் பார்க்கும் இடங்களில் எல்லாம் என் மகனைப் பார்க்க முடிந்தது. நாம் அவன் நினைவுகளை வைத்திருக்கும் காலங்கள் வரை அவன் இந்தப் பூமியில் வாழ்வான் என்றும் அதற்காகத்தான் இந்தப் பூமியில் நாம் படைக்கப்பட்டிருக்கிறோம் எனத் தோன்ற ஆரம்பித்த நாட்களிலிருந்து கவலை என்பது நாம் ஏற்றிக்கொள்ளும் சுமை என்பதும் புரிந்தது. அவள் சொல்வதையே கேட்டுக்கொண்டிருந்தவன் அவளை அழைத்துக்கொண்டு வீட்டிற்கு வந்தான். வீட்டிற்கு வந்தவன் தன்னுடைய பேக்கிலிருந்து குழந்தையின் சாம்பலும், எலும்பும் கலந்திருக்கும் பாட்டிலைக் கொடுக்க, அவள் ஆச்சரியமாக, "என்ன இது?", என்று கேட்டாள். அவன் அதை விலாவரியாகச் சொல்ல, அந்தப் பாட்டிலைப் பார்த்துக் கண்ணீர் சிந்த ஆரம்பித்தாள். "சாம்பலில் இருக்கிறது ஒரு துளி உயிர்", என்று சொன்னவள், "அதைப் பார்க்கக் கிடைத்த நாம் இருவரும் பாக்கியசாலிகள்", என்று சொல்லி அவனை அணைத்துக்கொண்டு கதறி அழ ஆரம்பித்தாள். அவனும் அவளுடன் சேர்ந்து அழ ஆரம்பித்தான். கண்ணீரில் இருவர்

உடல்களும் நனைந்து அவன் குழந்தையைக் கவனிப்பதுபோல் அவளைக் கவனித்துக்கொண்டான்.

அதற்குப் பிறகான இரண்டு நாட்கள் அவர்களின் நெருக்கத்தைக் கவனித்த டிஸ்ஸோவின் அம்மாவிற்கு, அப்பாவிற்கும் ஆச்சரியம் தாங்காமல் "அவர்களுக்கு என்ன நடந்தது?' என்று கேட்க, இருவரும் சிரித்துவிட்டு, தாங்கள் இருவரும் தங்களுடைய வீட்டுக்குத் திரும்பச் செல்வதாகத் தெரிவித்தார்கள். அவளுடைய துணிப்பையைப் பேக் செய்துகொண்டிருக்க, டேனியலிடமிருந்து போன் வந்தது. செனேகா மற்றும் அவரது பெற்றோர்களை சிறையில் அடைத்துவிட்டதாகவும், இதர நடவடிக்கைகள் எல்லாம் முடிந்துவிட்டதாகவும் அவனுடைய கையெழுத்திற்காகத் தான் காத்திருப்பதாகவும் கூறினான். தான் நாளை காலை வந்துவிடுவதாக சாம்வேல் சொல்ல, சரி என்று போனை வைக்கச் சென்ற டேனியல், கண்ணனின் சாம்பலை என்ன செய்ய என்று கேட்க, ஒரு நிமிடம் அதிர்ந்தவனாக அதை அவனுடைய டேபிளில் வைக்கச் சொன்னவன், டிஸ்ஸோ சொன்னா "சாம்பலில் இருக்கிறது ஒரு துளி உயிர்" என்ற வரி நினைவுக்கு வர, கண்ணனின் ஊர் விலாசத்தையும், அவர்கள் ஊருக்குச் செல்வதற்கான ஏற்பாடுகளையும் செய்யுமாறுச் சொல்லிவிட்டுப் போனைத் துண்டித்தான். டிஸ்ஸோ அதிர்ச்சியாக அவனைப் பார்க்க, தான் இரண்டு நாட்களுக்குள் வந்துவிடுவதாகவும், தன் மகனின் சாம்பலைப் பார்க்காத தந்தை பாவப்பட்டவன், கண்ணனின் சாம்பல் அவன் அப்பா உயிர் வாழ்வதற்கான ஒரு துளியாக இருக்கலாம், எனவே தானே அதை நேரில் சென்று கொடுக்க விரும்புவதாகவும், இரண்டு நாட்கள் மட்டும் அவள் இங்கே இருந்துகொள்ளமுடியுமா என்றும் கேட்டான். அவனையே பார்த்துக்கொண்டிருந்த டிஸ்ஸோ, ஒரு நிமிடம் நிற்குமாறு சொல்லிவிட்டுத் தன்னுடைய அறைக்குள் இருந்து, தங்கள் குழந்தையின் சாம்பல் இருக்கும் பாட்டிலைக் கொடுத்துவிட்டு, கண்ணனுக்குச் செய்யப்படும் அனைத்து இறுதி சடங்குடன் தங்கள் மகனின் சடங்குகளும் நடத்தப்படவேண்டும், அதற்கு உறுதி தருமாறுக் கேட்க, தானும் அதைச் செய்து தருமாறு கூறினான்.

கிராமத்திற்குள் வாடகைக்காரில் வந்து இறங்கிய சாமுவேலைப் பார்த்துக்கொண்டே இருந்தனர் கிராமத்து மக்கள். இதுவரை வெளியூரிலிருந்து பெரிய பெரிய மனிதர்கள் வந்து பார்த்த

அவர்களுக்கு, முதன்முறையாக வெளிநாட்டுக்காரன் ஒருவன் வருவது ஆச்சரியமாக இருந்தது. அவனிடம் பேசவேண்டும் என்று ஆசைகொண்டாலும், பூசாரி வீட்டின் எல்லைக்குள் வருவது என்பது ஏனோ அவர்களுக்குத் தர்மசங்கடமாக உணர்ந்தார்கள். கண்ணன் இறந்த செய்தி ஊரிலிருந்து வந்த அன்று, "அப்பன் பண்ண பாவம்தான் பையன பழிவாங்கிருச்சு", "ஊரான் குடும்பத்தக் கெடுத்தான் தான் குடும்பம் தானா கெட்டுப்போகும்", என ஆங்காங்கு மக்கள் நின்று பேசிக்கொண்டிருக்க, கண்ணனின் அப்பா அதன் பிறகு வீட்டில் யாருடனும் பேசவில்லை. வீடு என்பது அவருக்கு மறந்துவிட்டது போல் கோயிலே கதி என்று அடைக்கலமானார். கண்ணன் வெளிநாடு கிளம்பிச் சென்றதிலே இருந்து ஒரு வேளை என் வீட்டிற்கு வந்துகொண்டிருந்தவர், இப்போது வீட்டுடனான கணக்கை முடித்துக்கொண்டார். வீட்டின் வாசலில் வந்து இறங்கிய சாமுவேல், கண்ணனின் வீட்டைச் சுற்றி இருக்கும் மக்களைப் பார்த்துவிட்டு, வீட்டை நோக்கிச் சென்றான். வீட்டின் வாசலில் கண்ணனின் அம்மா நின்றுகொண்டிருக்க, தன்னுடன் வந்த மொழிபெயர்ப்பாளன் உதவியுடன் தான் யார் என்பதை விவரித்தவன், கண்ணன் சாம்பல் இருக்கும் பாட்டிலை எடுத்துக்காட்ட, அதைப் புரிந்துகொண்ட கண்ணனின் அம்மா கதறி அழ ஆரம்பித்தாள். சாமுவேல்க்கு என்ன செய்வதென்று தெரியாமல் முழித்துக்கொண்டிருக்க, கண்ணன் அம்மா பூசாரியை அழைத்து வருவதற்காக ஒரு சிறுவனை அனுப்பினாள். அவள் அனுப்பிய இரு நிமிடங்களில் சிறுவனுடன் பூசாரி வர, அவனிடம் கண்ணனின் சாம்பலைக்காட்டி எல்லாவற்றையும் அழுது புலம்பிய கண்ணன் அம்மா மயங்கி விழுந்தாள். அதனைக் கண்டு பயந்தவனாக சாம்வேல் நின்றுகொண்டிருக்க, கண்ணனின் அப்பா, அவளைத் திண்ணையில் படுக்கவைத்துவிட்டு, சாம்வேலிடம் அந்தப் பாட்டிலை வாங்கிக்கொண்டவர் அந்தப் பாட்டிலையே பார்த்துக்கொண்டிருந்தார். உணர்ச்சிவசப்பட்டவராக சாம்வேல் காலில் சென்று விழ, அதிர்ந்தவனாகப் பின்னால் சென்றான் சாம்வேல். எழுந்து நிமிர்ந்தவர் அவன் உதவிக்குத் தங்களால் பதிலுக்கு எதுவும் செய்யமுடியாது என்றும், ஆனால் காலம் பூரா அவனை நாங்கள் நெஞ்சில் நினைத்திருப்போம் எனச் சொல்ல, மொழிபெயர்ப்பாளர் அதை மொழிபெயர்த்துச் சொன்னார். சாம்வேல் தன் குழந்தையின் சாம்பலை எடுத்துக்காட்டி, கண்ணனுக்காகச் செய்யப்படும் பூஜைபோல் தன் குழந்தைக்கும் செய்யவேண்டும் எனக் கேட்டான். அதற்கு இரவு பன்னிரெண்டு

மணிவரை காத்திருக்கவேண்டும் என்று கூறிய கண்ணனின் அப்பா, அதுவரை வேண்டுமானால் டவுண்ணில் இருந்துவிட்டு வருமாறு சொல்ல, பரவாயில்லை தான் அதுவரை இங்கே தங்கிக்கொள்கிறேன் என்று சொல்லிவிட்டு, மொழிபெயர்ப்பாளரை நாளை காலை வந்து அழைத்துக்கொள்ளுமாறு சொல்லிவிட்டு அங்கிருந்தத் திண்ணையில் உட்கார்ந்துகொண்டான். மயக்கம் தெளிந்து எழுந்த கண்ணன் அம்மா, அப்பாவைப் பார்க்க, அவர் அவனுக்கு மதிய உணவு தயார் செய்யுமாறு சொல்ல, அழுத கண்களைத் துடைத்துக்கொண்டு வீட்டின் உள்ளே சென்றாள். இரு கண்ணாடி பாட்டில்களையும் வாங்கிக்கொண்டு கண்ணனின் அப்பா சுடுகாட்டை நோக்கிச் சென்றார். சுற்றி இருக்கும் வீடுகள், அங்கு கட்டியிருந்த மாடுகள், அவனை வேடிக்கைப் பொருளைப் போல் பார்த்துக்கொண்டிருக்கும் மக்கள் என எல்லாவற்றையும் கவனித்துக்கொண்டிருந்த சாம்வேல் இதமாக வீசிக்கொண்டிருந்த காற்றும், பயணக்களைப்பும் ஒன்று சேர திண்ணையில் படுத்துத் தூங்கிவிட்டான். உணவு தயார் என்று கண்ணனின் அம்மா எழுப்ப, எழுந்த சாம்வேல் சுற்றிமுற்றி தான் ஒரு நிமிடம் எங்கு இருக்கிறோம் எனத் தன்னைத்தானே கேட்டுக்கொண்டான். பின்பு எதிரே நிற்கும் கண்ணனின் அம்மாவைப் பார்த்தவன், தான் இந்தியாவின் ஒரு சிறு கிராமத்தில் இருப்பது நினைவு வர, எழுந்து முகத்தைக் கழுவிவிட்டு, சாப்பிடுவதற்காக உட்கார்ந்தான். அவன் முன் இலைபரிமாறப்பட்டு சோறு சாம்பார், சிறு கூட்டு, அப்பளம் எனப் பரிமாறப்பட, அவற்றைப் பார்த்தவன், கண்ணனின் அப்பாவை எங்கு என்று கேட்க, அவர் உணவு சாப்பிட வரமாட்டார், இரவு உணவிற்காக வருவதாகச் சொல்லியிருப்பதாகக் கண்ணனின் அம்மா சொல்ல, சரி என்று சொல்லிச் சாப்பிட ஆரம்பித்தான். தன் பயணக்களைப்பு அனைத்தும் மறைந்து, உணவு தந்த உற்சாகத்தில் மறுபடியும் படுத்துத் தூங்க ஆரம்பித்தான். நேரம் இரவு பத்து மணி இருக்க, மீண்டும் கண்ணனின் அப்பா வந்து எழுப்பினார். இருவரும் சாப்பிட உட்கார, அவன் அம்மா சுட்டுத்தந்த தோசை அவனுக்கு மிகவும் பிடித்துப்போய்விட்டது. அவர்களுக்கு நன்றி சொல்லிக்கொண்டே இருக்க, கண்ணனின் அப்பா தன் மூட்டை குவியலுக்குள் இருந்து ஒரு வேஷ்டியை எடுத்துக்கொடுத்து உடை மாற்றிவருமாறு கூறினார். தனக்கு அதைக் கட்டத்தெரியாது எனச் சொல்ல, அவனைக் குளித்துவரச் சொன்னவர், அவனுக்கு வேஷ்டியை கட்டிவிட்டு, உடல் முழுவதும் திருநீறை வைத்துக்

கோடு கோடுகளாகக் கை, உடல் முழுவதும் பூசிவிட்டு, அவன் கழுத்தில் பூஜை அறையில் தொங்கவிட்டிருந்த ருத்ராட்ச மாலைகளை அள்ளிப்போட்டுவிட்டார். தன்னைப் பார்ப்பது தனக்கே வேடிக்கையாக இருந்தாலும், அது தன் மகனின் இறுதிசடங்கு என்பது நினைவுக்கு வர அமைதியாகிக்கொண்டான். அவனைப்போல் குளித்து, வேஷ்டி, உடல் முழுவதும் பட்டை என வந்து நின்ற கண்ணனின் அப்பா, அவனிடம் போகலாம் எனச் சொல்ல, கொக்கியில் சிக்கிய புழு நேர்கோட்டில் வருவது போல் அவர் பின்னால் சுடுகாட்டை நோக்கி நடக்க ஆரம்பித்தான். கண்ணனின் அப்பா ஒரு இடத்தில் நிற்க, அவர் முன்னால் மண்ணால் கட்டப்பட்ட கல்லறை மேடுகளும், அந்த மேடுகளின் முன்னால் கருப்பு கலர் டவுசரும், தலையில் தீபோன்ற அமைப்பில் கிரீடமும், வலது கையில் அருவாளைத் துப்பாக்கி பிடித்தும், இடது கையில் கதாயத்தை தரையை நோக்கி கவுத்தியும் ஒரு சிலை நின்றுகொண்டிருந்தது. கண்முழிகள் இரண்டும் வெளியில் துருத்திக்கொண்டிருக்க, அதன் முகம் முழுவதும் உக்கிரமாக இருந்தது. சிலையிலயே அதற்கான நகைகள் செதுக்கப்பட்டு, பல வண்ணக்கலர்கள் அதன் மேல் அடிக்கப்பட்டிருந்தது. அந்தச் சிலைக்குக் கீழே, வாழை இலையில் தேங்காய்கள் உடைக்கப்பட்டு, வாழைப்பழத்தின் மேல் பத்தியை குத்தி வைக்கப்பட்டிருந்தது. இலையின் முன்னால் கம்பு ஒன்று கருப்பு நிறத்திலும், முனைகளில் ஊசிபோன்ற இரும்பும் மாற்றப்பட்டிருக்க, கம்பின் நடுவே ஆங்காங்கு மணி தொங்கிக்கொண்டிருந்தது. அதன் அருகே உடுக்கையும், மாலையும் இருக்க, அவற்றை எடுத்துச் சிலைக்கு அணிவித்தார் கண்ணனின் அப்பா. கீழே இருந்த பூஜைத்தட்டில் சூடத்தை எடுத்துக் கொளுத்திவிட்டுக் கும்பிட்டவர், சாம்வேலையும் கும்பிடச்சொன்னார். இயேசுவின் முன்னால் ஜெபம் மட்டுமே செய்து பழகிய சாம்வேல், கண்ணனின் அப்பா கும்பிடுவது போல் கும்பிட ஆரம்பித்தான். ஏற்கனவே அங்கு இருந்த கண்ணாடி பாட்டில்களின் மூடிகளைத் திறந்துவிட்டு அதன் முன்னால் அமர்ந்தவர், அருகே சாம்வேலையும் உட்காரச் சொன்னார். சிலையின் முன்னால் இருந்த உடுக்கையை எடுத்து அடிக்க, சாம்வேல் அது என்ன இசைக் கருவி என்று தெரியாவிட்டாலும், அதன் ஒவ்வொரு ஓசையிலும், தன் உடலில் அதிர்வு ஏற்படுகிறது என்பது மட்டும் புரிய ஆரம்பித்தது. உடுக்கையை அடித்துக்கொண்டிருந்தக் கண்ணனின் அப்பா, ஆவேசமாகி நிலத்திலிருந்து எழுந்து ஆட ஆரம்பித்தார். அவரின்

அதிர்வுகள் சாம்வேல் உடலில் எதோ மாற்றத்தை உண்டு பண்ண, அவன் உடல் அவனறியாமல் அசைய ஆரம்பித்தது. கண்ணனின் அப்பா, ஆவேசமாகி, பாடல் ஒன்றை ஓங்காரமாகப் பாட ஆரம்பிக்க, அந்தப் பாடலில் அர்த்தம் புரியாவிட்டாலும் அதிலிருந்த துக்கம் ஒன்று அவன் நெஞ்சை அழுத்த, அவன் கண்கள் கலங்க ஆரம்பித்தது. கண்ணனின் அப்பாவின் ஆட்டம் கூடிக்கொண்டே செல்ல, அவரின் காலடி அதிர்வுகள், சாம்வேல் உட்கார்ந்திருந்த நிலத்திலும் அதிர்வை ஏற்படுத்த, சாம்வேலும் எழுந்து ஆட ஆரம்பித்தான். உடுக்கையை அடித்தபடி,

வெள்ளிகாட்டுக்குள்ள, வேகாத மலைக்குள்ள
நாலுகை நாலுகால் வச்ச மாடன்
காவல்காத்த நின்னு காட்டுக்குள்ள
கட்டெறும்பா தேஞ்ச புள்ள
தேம்புதடா அப்பன் நெஞ்சம்
காவல் காத்த மாட
என் குற கேக்க வாட
சொன்ன வாக்கு சொக்கப்பன எரியுதடா
ஏத்தி வச்ச என் விளக்கு எரிபொடியா நிக்குதுடா
வாட மாடா வாடா மாட
வாயத் தொறக்க வாடா
குல விளக்கு கும்மிருட்டா ஆனதடா
ஆகாயத்து பந்தலுல ஆவேசமா நிக்குதடா
வாடா மாடா வாடா மாட
உடுக்கையில் தொங்குதடா என் உசிரு
உசுப்பிவிட்டேன் என் கதைய கேளு
வாடா மாடா வாடா மாடா

என்று ஆவேசமாகி அடித்துக்கொண்டே ஆட, சாம்வேலும் அவனுடன் சேர்ந்து ஆட ஆரம்பித்தான். இருவரது கால்களும் தரை என்பதையே மறந்துவிட்ட உச்ச நிலையில் ஆடிக்கொண்டிருக்க, ஆவேசமாக ஆடிக்கொண்டிருந்த அப்பா, ஓடிச்சென்று சூடத்தை நாக்கை நீட்டி கொளுத்திக்கொண்டார், சாம்வேல் ஓடிச்சென்று கீழே வைத்திருந்த மணிக்கம்பை எடுத்துக்கொள்ள, இருவரும் மாற்றி மாற்றி அடை எடுத்து ஆட ஆரம்பித்தார்கள். இருவரும் மாத்தி மாத்தி மோதிக்கொண்டும், முட்டிக்கொண்டும் ஆட, கண்ணனின் அப்பா, ஓடிச்சென்று அங்கிருந்து இரண்டு பாட்டில்களிலிருந்த சாம்பல்களை காற்றோடு தூவிவிட்டு,

மீதிச்சாம்பல்களை சாம்வேல் மேல் தூவிவிட்டார். சன்னதம் வந்தவனாகத் தன் மண்டைய உலுப்பிவிட்டுக் குலுங்கிக் குலுங்கி ஆட, அப்பாவும் குலுங்கி குலுங்கி ஆடிக்கொண்டிருக்க, இரண்டு பாட்டில்களிலும் இருந்து வெளியேறிய பட்டாம்பூச்சிகள் ஒன்றை நோக்கி ஒன்று இழுக்கும் காந்தம்போல் ஒட்டிக்கொண்டு ஆகாயத்தினை நோக்கிப் பறக்க ஆரம்பித்தது. பட்டாம்பூச்சி மேலே மேலே செல்ல, அந்தப் பட்டாம்பூச்சிகளை வாயில் இரைகளைக் கவ்வியவாறு கழுகு ஒன்று மரத்தின் மேல் அமர்ந்து பார்த்துக்கொண்டிருந்தது. உடுக்கையின் சத்தத்தைக் கேட்டு கீழே குனிந்து பார்க்க, இரண்டு மனிதர்கள் கால் என்பதே தரையில் படாதவாறு ஆடிக்கொண்டிருக்க, கழுகு மேலே சென்றுகொண்டிருக்கும் பட்டாம்பூச்சிகளை நோக்கிப் பறக்க ஆரம்பித்தது.

■ ■ ■